INSIGHT PUBLICA®

INSIGHT PUBLICA
Nadakkave, Kozhikode, Kerala
Tel:0495–4020666
www.insightpublica.com
e-mail: insightpublica@gmail.com
Savamtheenikal
(Malayalam)
CR Omanakuttan
First Insight Edition : March 2016

ISBN 978-93-85899-08-9
Printed and Published by
InsightinPublica Printers & Publishers Pvt Ltd.

ശവംതീനികൾ

സി.ആർ ഓമനക്കുട്ടൻ

INSIGHT PUBLICA®

1943 ഫെബ്രുവരി 13-ന് കോട്ടയത്തു ജനിച്ചു. കുറച്ചുകാലം പത്രപ്രവർത്തകനായിരുന്നു. നാലുവർഷത്തിലേറെ കേരളസർക്കാരിന്റെ പബ്ലിക് റിലേഷൻസ് വകുപ്പിൽ. പിന്നീട് ഗവൺമെന്റ് കോളജുകളിൽ മലയാളം അദ്ധ്യാപകൻ. ഏറെക്കാലം എറണാകുളം മഹാരാജാസ് കോളേജിൽ. 1998 മാർച്ചിൽ റിട്ടയർ ചെയ്തു.
പ്രധാന കൃതികൾ: കാൽപാട്, ഓമനക്കഥകൾ (കഥ), ഈഴവനും വാരിക്കുന്തവും (സറ്റയർ), അഭിനവശാകുന്തളം (പാരഡി), ഫാദർസെർജിയസ്, ഭ്രാന്തന്റെ ഡയറി, കാർമല, തണ്ണീർ തണ്ണീർ (പരിഭാഷകൾ). നാണു ആദ്യ നോവൽ.

വിലാസം: തിരുനക്കര, ലിസി റോഡ്, എറണാകുളം - 682 018

സി. ആർ. ഓമനക്കുട്ടൻ

അടിഇന്ദിരാവസ്ഥയുടെ സുവർണ്ണകാലത്ത്

കക്കയം പോലീസ് ക്യാമ്പിൽ വെച്ച് രാജൻ കൊല ചെയ്യപ്പെട്ട് നാല്പതാണ്ട് തികയുന്ന സന്ദർഭത്തിലാണ് ഇൻസൈറ്റ് ശവം തീനികൾ വീണ്ടും പുനഃപ്രസിദ്ധീകരിക്കുന്നത്. ദേശാഭിമാനിയിൽ പ്രസിദ്ധീകരിക്കപ്പെട്ട ശവംതീനികൾ പുസ്തകമായപ്പോൾ പതിനായിര ക്കണക്കിന് കോപ്പികൾ വിറ്റഴിയപ്പെടുകയുണ്ടായി. 'അടിഇന്ദിരാവസ്ഥ' യുടെ 'സുവർണ്ണ'കാലത്ത് കേരളം ഭരിച്ച കെ. കരുണാകരനും കൂട്ടരും നടത്തിയ പരാക്രമങ്ങളുടെ നേർചിത്രമാണ് സി.ആർ ഓമനക്കുട്ടൻ ശവംതീനികളിലൂടെ പകർത്തിവെച്ചത്. മനുഷ്യത്വം മരവിച്ചിട്ടില്ലാത്തവരെ ഈ പുസ്തകം ഇപ്പോഴും ഈറനണിയിപ്പിക്കും. വലതുകമ്മ്യൂണിസ്റ്റു കളും കോൺഗ്രസും രാജൻ കേസിനെയും ഈച്ചരവാരിയർ എന്ന രാജന്റെ പിതാവിനെയും എങ്ങനെ കൈകാര്യം ചെയ്തുവെന്ന് ഈ പുസ്തകം വ്യക്തമാക്കുന്നു.

ഒരു അപ്രഖ്യാപിത അടിയന്തരാവസ്ഥയാണോ ഇന്ത്യയിൽ എന്ന് സംശയം തോന്നുന്ന തരത്തിലാണ് ഇന്ന് പല കാര്യങ്ങളും നടക്കുന്നത്. രാജനെ അറസ്റ്റ് ചെയ്തതും തന്റെ കോളേജിൽ നിന്നായിരുന്നു. ഇന്ത്യയിലെ പല കാമ്പസുകളിലും സമാനമായ സംഭവങ്ങളാണ് ഉണ്ടായികൊണ്ടിരിക്കു ന്നത്. ഈ സാഹചര്യത്തിൽ 'ശവംതീനികൾ' അന്ന് നിർവ്വഹിച്ച ചരിത്ര ദൗത്യം ഇന്നും വളരെ പ്രസക്തമാണെന്ന് ഞങ്ങൾ കരുതുന്നു. ഈ പുസ്തകം പ്രസിദ്ധീകരിക്കാൻ അനുമതി നൽകിയ ഓമനക്കുട്ടൻ മാഷിന് അളവറ്റ കൃതജ്ഞത.

സുമേഷ് ഇൻസൈറ്റ്

അടിയന്തരാവസ്ഥ മൊഴിയും വിധിയും

നാല് ദശാബ്ദം. നാല് പതിറ്റാണ്ട്. അടിയന്തരാവസ്ഥ എന്ന കിരാതതാണ്ഡവത്തിന്റെ നാല്പതാം വർഷം. വാർഷികാഘോഷമെന്ന മട്ടിൽ പത്രവാരികകളിൽ ലേഖനങ്ങൾ കഥകൾ കവിതകൾ അച്ചടിച്ചുവന്നു. ഒപ്പം ആരോ സൃഷ്ടിച്ചുവിട്ട അസംബന്ധാശ്ലീലങ്ങളും. അടിയന്തരത്തിന്റെ, മൃഗക്രൂരതയുടെ മഹാരക്തസാക്ഷി പി. രാജൻ ഉത്തരേന്ത്യയിലെങ്ങോ പെണ്ണുകെട്ടി സന്തതി സമേതം സശരീരനായി വാഴുന്നു എന്ന വാർത്തയും ഉണ്ടായി അക്കൂടെ.

നാല്മാസം മുമ്പ് ഒരു ടെലിവിഷൻ ചാനലിൽ നിന്നും എനിക്ക് വിളിവന്നു. ചാനൽ പിറന്നശേഷം ആദ്യമുണ്ടായ കുശലാന്വേഷണം. ഒപ്പം ഒരു ചോദ്യം ഉണ്ടായി. രാജനെ നേരിട്ടു കണ്ടിട്ടുണ്ടോ?

ഏത് രാജൻ?

പി.രാജൻ അടിയന്തിരാവസ്ഥക്കാലത്ത് പോലീസ് ഉരുട്ടിക്കൊന്ന രാജൻ. കോഴിക്കോട്ട് റീജിനൽ എഞ്ചിനിയറിംങ് കോളേജ് വിദ്യാർത്ഥി ആയിരുന്ന രാജൻ. പ്രൊഫസർ ടി.വി ഈച്ചരവാരിയരുടെ മകൻ രാജൻ.ഞാൻ ചോദിച്ചു.

ഇപ്പോൾ എന്താ വിശേഷം?

രാജന്റെ ബോഡി എങ്ങാനും കണ്ടുകിട്ടിയോ

രാജന്റെ മൃതദേഹം അന്ന് പോലീസ് ഇല്ലായ്മ ചെയ്തത് നേരിൽ കണ്ട ഒരു വൃദ്ധൻ ഞങ്ങളെ ബന്ധപ്പെട്ടിരിക്കുന്നു. പഴയ ഒരു ഡ്രൈവർ. ദിവസക്കൂലിക്ക് പണ്ട് പോലീസ് ജീപ്പ് ഓടിച്ചിരുന്നെന്ന്. പത്തു നാല്പതു വർഷം മുമ്പ് ഒരു പാതിരായ്ക്ക് കോഴിക്കോട് കക്കയത്തുനിന്ന് പോലീസ് ജീപ്പിൽ ഒരു ചെറുപ്പക്കാരന്റെ ശവം കുത്താട്ടു കുളത്ത് കൊണ്ടുവന്നു. ആറടിക്കടുത്തുയരമുള്ള വെളു

ത്തു സുന്ദരനായ യുവാവിന്റെ ദേഹം. ഇരുപത്തഞ്ച് വയസ്സ് വരും, അത് വെട്ടിത്തുണ്ടിച്ച് പോലീസേമാന്മാർ ബോക്കൺഫാക്ടറിയിലെ പന്നികൾക്ക് തീറ്റയായി ഇട്ടുകൊടുത്തെന്ന്!

തുടർന്ന് ചാനലിൽ നിന്നും എന്റെ നേർക്ക് അന്വേഷണം രാജനെ കണ്ടിട്ടുണ്ടോ? ഓർമ്മ ഉണ്ടോ? എന്തുയരം വരും?

നിറം വെളുപ്പോ കറുപ്പോ?

ഞാൻ പറഞ്ഞു രാജന്റെ സഹോദരിമാർ രമയും ചാന്ദ്നിയും ജീവിച്ചിരുപ്പുണ്ട്. തൃശ്ശൂരും എറണാകുളത്തും. ചെന്നന്വേഷിക്ക്....

ചാനൽ ഞെട്ടിക്കും വാർത്തയായി കഥ പുറത്തുവിട്ടു. ശുദ്ധഭ്രാന്തായിരുന്നതിനാൽ ചീറ്റിപ്പോയി. ആരും അതൊട്ടും ഉൾക്കൊണ്ടില്ല. എന്നാൽ രാജന്റെ പൊക്കവും നിറവും ചിരിയും പാട്ടും എന്റെ ഓർമ്മയിൽ സജീവമായി. നാല്പതാണ്ട് മുൻപ് ആഴ്ചയിൽ രണ്ടുനാൾ കൃത്യമായി കണ്ടുകൂടിയിരുന്നുവല്ലോ ഞങ്ങൾ...

1974–75 ൽ പ്രൊഫസർ ഈച്ചരവാരിയരും ഞാനും കോഴിക്കോട്ട് ഒരു മുറിയിൽ ഒന്നിച്ചു ജീവിച്ചത് എങ്ങനെ സംഭവിച്ചതോ! മീഞ്ചന്ത ബസ് സ്റ്റോപ്പിനരികിലെ രണ്ടുനില നീളൻ കെട്ടിടം മരക്കാത്ത് അപ്പുവിന്റേതായിരുന്നു. ആശുപത്രിക്കായി പണിതീർത്ത മുറികൾ. മീഞ്ചന്ത ആർട്സ് ആന്റ് സയൻസ് കോളേജിലെ അധ്യാപകർ അത് ലോഡ്ജാക്കി മാറ്റി.

കോളേജ് അധ്യാപകനായി നിയമനം കിട്ടി ചെന്ന ഞാൻ ഈച്ചരവാര്യയർമാഷുടെ റൂം മേറ്റായത് ജീവിത നിയോഗം. മരക്കാത്ത് ബിൽഡിംഗിൽ ഡബിൾ റൂം ഒന്നേയുള്ളൂ. അതിൽ ഹിന്ദി വകുപ്പു തലവനായ ഈച്ചരവാരിയരും മലയാളം ലക്ചറർ എൻ. സുഗതനുമാണ് താമസം. സുഗതൻ എന്നെ വാരിയർ മാഷ്ക്ക് കൂട്ടാക്കിയിട്ട് ഒറ്റമുറിയിലേക്ക് മാറി. മഹാഗൗരവക്കാരനായ ഈച്ചരനും ഞാനും ഒന്നിച്ച്.

പൊക്കക്കുറവ്, മീശയില്ല. കട്ടിപ്പുരികങ്ങൾ തമാശ പറച്ചിലൊന്നുമില്ല. എന്നിട്ടും വാരിയർമാഷെന്ന അമ്പത്തഞ്ചുകാരനും ഞാനെന്ന് മുപ്പതുകാരനും മാതൃകാ സഹമുറിയൻമാരായി. മാഷ് പുലരും മുമ്പെ ഉണരും. ചായ ഉണ്ടാക്കും. എന്നെ വിളിച്ചുണർത്തി ചൂടുചായ തന്ന് ചോദിക്കുക രാത്രിയിൽ ഞാൻ ശല്യപ്പെടുത്തിയോ?

ഞാൻ ചുമ്മാ പരിഭവം നടിക്കും. വെറുതെ കിടന്നു മോങ്ങുകയല്ലേ ഒറക്കത്തില്! രണ്ടു പ്രാവശ്യം ഞാനെണീറ്റ് ചെരിച്ചു കിടത്തിയെ!

ആ മുഖം ആർദ്രമാകും ഒന്നും പറയില്ല.

രാത്രിയുറക്കത്തിൽ ആ ഗൗരവക്കാരൻ ഏങ്ങിക്കരയും. അപ്പോൾ ഒന്നു തൊട്ടാൽ മതി, തിരിഞ്ഞുകിടന്നുറങ്ങിക്കൊള്ളും.

മൂന്നു മക്കളാണ്. മാഷ്ക്ക്. രമയും ചാന്ദ്നിയും രാജനും. മൂന്നപേരും ഉദരത്തിൽ പിറക്കുമ്പോഴേ അമ്മയ്ക്ക് മനോനില തെറ്റും പ്രസവത്തോടെ അത് മാറുകയും ചെയ്യും. പക്ഷേ മൂന്നാമത് രാജൻ ജനിച്ചപ്പോൾ രോഗം മാറിയില്ല. ജീവിതാന്ത്യംവരെയും അവർ രോഗിയായി കഴിഞ്ഞു.

എറണാകുളത്താണ് മാഷുടെ താമസം.

അലക്സാണ്ടർ പറമ്പിത്തറ റോഡിൽ സൗഹൃദനിലയം എന്ന വീട്. വെള്ളിയാഴ്ച വീട്ടിൽ പോകും. തിങ്കളാഴ്ച തിരിച്ചെത്തും. മകൻ രാജൻ റീജിയനൽ എഞ്ചിനീയറിങ് കോളേജിൽ വിദ്യാർത്ഥി. എല്ലാ തിങ്കളാഴ്ചകളിലും വ്യാഴാഴ്ചകളിലും വൈകുന്നേരം രാജൻ വരും. ഞങ്ങളുടെ മുറിയിൽ അച്ഛനെകാണാൻ.

രാജനും ഞാനും നല്ല അടുപ്പക്കാരായി.

തമാശകൾ പറയും. രാജൻ ഇടയ്ക്ക് പാട്ട് പാടും.

വാരിയർമാഷ് പാട്ട് രസിച്ച് ഗൗരവഭാവത്തിൽ പറയും. പാട്ടും പാടി നടന്നാൽ പറ്റില്ല! പഠിക്കണം, നല്ല മാർക്ക് വാങ്ങി ജയിക്കണം!

ഒരിക്കൽ രാജൻ എന്നോട് പറഞ്ഞു ഞങ്ങളുടെ ആർട്സ് ക്ലബ്ബ് യോഗത്തിൽവന്ന് ഒന്നു പ്രസംഗിക്കണം.-

ഞാൻ പറഞ്ഞു. അയ്യോ! ഇംഗ്ലീഷിൽ പ്രസംഗിക്കാനെന്നും എനിക്കാവൂല്ല!!

മലയാളത്തിൽ മതി.

ഞാൻ വാരിയർ മാഷെ ചൂണ്ടിക്കാട്ടി, ദാ ഇദ്ദേഹത്തെ ക്ഷണിക്ക്.

ഹിന്ദി പ്രൊഫസറാ, വോ അച്ഛി ഹിന്ദി മേ ബോലൂംഗാ.

ബോലൂംഗാ!

വാരിയർ മാഷ് എന്ന വഴക്ക് പറഞ്ഞു. രാജൻ പൊട്ടിച്ചിരിച്ചു.

മറ്റൊരിക്കൽ, ഒരു രാവിലെ രാജൻ മുറിയിൽ വന്നു. കോളേജിൽ ക്ലാസ്സിലെന്നോ മറ്റോ പറഞ്ഞു. സംസാരിച്ചിരിക്കുന്നതിനിടയിൽ മറ്റൊരതിഥി കടന്നുവന്നു.

-സുഭാഷ് ചന്ദ്രബോസ്.

ചീകിയൊതുക്കിയ കറുത്ത മിനുത്ത നീളൻ മുടി. ലേശം ചാരനിറകൊണ്ട് തിളങ്ങുന്ന കണ്ണുകൾ. സ്റ്റെലൻ സുന്ദരൻ മീശ, തുവെള്ള ഷർട്ടും മുണ്ടുമാണ് വേഷം. കൈയ്യിൽ ചാർമിനാർ സിഗര

റ്റുകൂടും തീപ്പെട്ടിയും.

എന്റെ സ്നേഹിതനും സഖാവും നേതാവുമാകുന്നു ബോസ്. 1964ൽ കൊല്ലം എസ്. എൻ കോളേജിൽ തുടങ്ങിയ സൗഹൃദം. ഞാൻ ഇംഗ്ലീഷ് എം.എ വിദ്യാർത്ഥി അന്ന്, ബോസ് ഇംഗ്ലീഷ് ബി.എ. ക്ലാസ്സിലും. പാർട്ടി പിളരുകയും എസ്.എഫ്. രണ്ടാവുകയും ചെയ്ത ചരിത്രസന്ധിയിൽ ഞങ്ങൾ കടുത്ത ഇടത്തൻമാരായി. ആർജ്ജവത്തിന്റെയും ആത്മാർത്ഥതയുടെയും ആവേശത്തിന്റെയും ആൾരൂപമായിരുന്നു ബോസ്. ഒന്നാന്തരം സംഘാടകൻ. കെ.എസ്. എഫിന്റെ പ്രഥമ സംസ്ഥാന സെക്രട്ടറി ആയിത്തീർന്നു. കേരളമാകെ ഓടിനടന്ന് ബോസ് സംഘടനയ്ക്ക് അടിത്തറ പാകി. പക്ഷേ, ഒരു ദിവസം, സ. അഴീക്കോടൻ രാഘവൻ വിളിച്ച് ബോസിനോട് പറഞ്ഞു ബോസിന്റെ പോക്ക് ശരിയല്ല. സംസ്ഥാനസെക്രട്ടറിയുടെ ചുമതലയെല്ലാം ഉടനെ ഫിലിപ്പിനെ ഏല്പിച്ചിട്ട് മാറിനിൽക്കുക. ബോസ് മാറി ഫിലിപ്പ് എം. പ്രസാദ് കെ.എസ്.എഫ് സെക്രട്ടറായി.

ബോസ് പത്രപ്രവർത്തനം പഠിക്കാനെന്നും പറഞ്ഞ് കൊൽക്കത്തയ്ക്കു പോയി. കൊൽക്കത്തയിൽ നിൽക്കാതെ നേരെ നക്സൽബാരിയിലേക്ക് പോയി. പാന്റ്സും സ്ലാക്കുമണിഞ്ഞ്, ചാർമിനാർ സിഗററ്റും പുകച്ച് നക്സൽ ബാരിയിലൂടെ നടന്ന ബോസിനോട് അവിടുത്തെ ഗ്രാമീണ വിപ്ലവകാരികൾ പറഞ്ഞു. ഇവിടെ വിപ്ലവം നടത്താൻ പുറത്തുനിന്നാരും വേണ്ട, അത് ഞങ്ങൾ ചെയ്തോളാം. നിങ്ങൾ ഞങ്ങളെ ഒന്നും പഠിപ്പിക്കാൻ വരണ്ട, ഇവിടുന്ന് ഒന്നും പഠിപ്പിക്കുകയും വേണ്ട. നിങ്ങൾക്ക് വിപ്ലവം നടത്തണേൽ സ്വന്തം നാട്ടിൽ പോയി അവിടെ ആയിക്കോളൂ!

ബോസ് ഇങ്ങ് മടങ്ങിപ്പോന്നു.

ഇവിടെ, അന്ന്, കുന്നിക്കൽ നാരായണനും കുടുംബവും കെ വേണുവും കൂട്ടുകാരും കെ.എൻ. രാമചന്ദ്രനും ശിഷ്യന്മാരും വെള്ളിവെളിച്ചത്തിൽ കലിതുള്ളി കളിക്കാൻ ചുട്ടികുത്തും കാലം. തിരുവന്തപുരത്ത് രാമനിലയത്തിൽ താമസിച്ച് 'സ്ട്രീറ്റ്'' എന്നൊരു രാഷ്ട്രീയമാസിക തുടങ്ങി സുഭാഷ് ചന്ദ്രബോസ്.

സ്ട്രീറ്റ് പത്രാധിപർ, എന്റെ ചങ്ങാതി എന്ന് ബോസിനെഞാൻ രാജനും പരിചയപ്പെടുത്തി. ബോസും രാജനും കൈ കൊടുത്ത് ചിരിച്ചു.

മുറി പൂട്ടിയിറങ്ങി, ബോസിനെയും രാജനെയും മീഞ്ചന്ത ബസ് സ്റ്റോപ്പിൽ നിറുത്തി വാരിയർമാഷും ഞാനും കോളേജിലേക്ക് നടന്നു. കോളേജ് ഗേറ്റിലെത്തി ഞാൻ തിരിഞ്ഞുനോക്കി. ബോസും രാജനും ചിരിപരിചിതരായി ഉറ്റ സഖാക്കളായി ചിരിച്ചുല്ലസിച്ച് വർത്തമാനം പറഞ്ഞ് നില്ക്കുന്നു. (അവർ മുമ്പേ തന്നെ പരിചയക്കാ

രായിരുന്നോ? സഖാക്കളാണോ? ഒന്നിച്ചാണോ രാവിലെ വന്നത്? ഈ ചോദ്യങ്ങൾ ഇന്നും ഞാൻ സ്വയം ചോദിക്കുന്നു.)

രാജൻ നക്സലായിരുന്നോ? അത്തരം എന്തെങ്കിലും ബന്ധങ്ങളുണ്ടായിരുന്നോ? വിപ്ലവ സംഘടനകളിൽ പ്രവർത്തിച്ചിരുന്നോ? തീവ്ര രാഷ്ട്രീയ കക്ഷികളിൽ വിശ്വസിച്ചിരുന്നോ? പലരും പലവട്ടം പിൻക്കാലത്ത് ഉന്നയിച്ച ചോദ്യങ്ങളാണിവ, ആർക്കും ഉത്തരം നൽകാനാവാത്ത ചോദ്യങ്ങൾ...

1975 ജൂണിൽ ഈച്ചരവാരിയർ എറണാകുളം മഹാരാജാസ് കോളേജിലേക്ക് ഹിന്ദിവിഭാഗം അധ്യക്ഷനായി സ്ഥലം മാറിപ്പോയി. അദ്ദേഹത്തിന്റെ വിരമിക്കൽ വർഷമായിരുന്നു അത്. രാജന്റെ എഞ്ചിനീയറിങ് പഠനത്തിന്റെ അന്ത്യകാലവും, ഫൈനൽ സെമസ്റ്റർ.

ജൂൺ 30-ന് രാജ്യമാകെ അടിയന്തരാവസ്ഥ പ്രഖ്യാപിക്കപ്പെട്ടു. ഉദ്യോഗസ്ഥദുർഭരണത്തിന്റെ കലികാലം. സ്വപ്നങ്ങളൊക്കെയും നൊടിയിടയിൽ മഴ കൂടാത്തിടിയിൽ വെന്തുകരിഞ്ഞ് തകർന്ന് തരിപ്പണമായി.

76 മാർച്ച് 1 ന് ആർ.ഇ.സി ഹോസ്റ്റലിൽ നിന്നും രാജൻ അറസ്റ്റു ചെയ്യപ്പെട്ടു.

യുവജനോത്സവത്തിൽ സംഘഗാനമത്സരത്തിൽ പങ്കെടുത്ത ശേഷം വെളുപ്പിനെഹോസ്റ്റലിൽ മടങ്ങിയെത്തിയതാണ് രാജനും സംഘവും. ഹോസ്റ്റലങ്കണത്തിൽ കാത്തുനിന്ന പോലീസ് സംഘം രാജനെ കസ്റ്റഡിയെലെടുത്തു. ജീപ്പിൽ കക്കയം പോലീസ് ക്യാമ്പിലേക്ക് കൊണ്ടുപോയി.

ഹോസ്റ്റൽ വാച്ച്മാനും വാർഡനും പ്രിൻസിപ്പലിന്റെ വസതിയിലേക്ക് പാഞ്ഞു. പ്രിൻസിപ്പൽ ഡോ.ബഹാവുദ്ദീൻ അദ്ദേഹം പോലീസ് സ്റ്റേഷനിൽ ബന്ധപ്പെട്ടു. ഒന്നുമറിഞ്ഞില്ല. കക്കയം ക്യാമ്പിൽ പോയി. അപമാനിതനായി തിരിച്ചു പോന്നു. തന്റെ വിദ്യാർത്ഥിയെ കാണാനാവാതെ.

രാജനെപോലീസ് കസ്റ്റഡിയിലെടുത്തു എന്ന് രജിസ്റ്റർ കത്തിലൂടെ പ്രിൻസിപ്പൽ ബഹാവുദ്ദീൻ അന്നുതന്നെ ഈച്ചരവാരിയരെ അറിയിച്ചു.

മാർച്ച് 2 മുതൽ രാജനെത്തേടിയുള്ള പരക്കംപാച്ചിൽ തുടങ്ങി. തിരുവനന്തപുരത്തും എറണാകുളത്തും തൃശൂരും വാരിയർമാഷ് മുട്ടാത്ത വാതിലുകളില്ല. മുട്ടിയ വാതിൽ ഒന്നു പോലും തുറക്കപ്പെട്ടില്ല. പല പടിവാതിലിലും ഞാനും മാഷ്ക്ക് കൂട്ടുനിന്നു. ആ ദിവസങ്ങളിൽ വാരിയർമാഷെ കണ്ട് ഏറെപ്പേർ വഴിമാറിപ്പോയപ്പോൾ ഞങ്ങൾ അഞ്ചാറുപേർ എപ്പോഴും ഒപ്പമുണ്ടായി. നിസ്സഹായരായി

രുന്നു ഞങ്ങൾ. പക്ഷേ, ഈച്ചരവാരിയരുടെ കൂടെ രാപ്പകൽ സഹായികളായി ഇടംവലം നിന്നു. ആ ദുർദ്ദിനങ്ങളിൽ ആദ്യം മുതലേ വാരിയർമാഷുടെ കൂടെ ഉണ്ടായിരുന്നു എന്നത് ആത്മാഭിമാനം തരുന്ന കണ്ണീരോർമ്മ.

അടിയന്തരത്തിലെ ഒരു അർദ്ധരാത്രി ഓർമ്മയിൽ തെളിയുന്നു. രാജനെപ്പറ്റിയുള്ള അന്വേഷണവുമായി കോഴിക്കോട്ട് ചാത്തമംഗലത്തും കക്കയത്തും മൊക്കെ രണ്ടുനാൾ അലഞ്ഞുതിരിഞ്ഞിട്ട് എറണാകുളത്തേക്ക് രാത്രിയിൽ ബസ്സിൽ തിരിച്ചുപോരികയാണ് മാഷും ഞാനും. കോഴിക്കോട്ടുവച്ച് ഒരു സുഹൃത്ത് -നാഷണൽ ബുക്ക് സ്റ്റാൾ മാനേജർ പി.എം. ശ്രീധരൻ-എന്നോട് പറയുകയുണ്ടായി. രാജൻ പോലീസ് കസ്റ്റഡിയിൽ കൊല്ലപ്പെട്ടു. ഇക്കാര്യം എങ്ങനെയും മാഷിനോട് പറഞ്ഞു ബോധ്യപ്പെടുത്തണം. മകൻ കണ്ണോ കൈയ്യോ നഷ്ടപ്പെട്ട് പോലീസ് കസ്റ്റഡിയിൽ ജീവനോടെ ഉണ്ടെന്ന് ഉറച്ചു വിശ്വസിക്കുന്ന ആ പിതാവിനോട് ഞാൻ ഇങ്ങനെപറഞ്ഞു ധരിപ്പിക്കും?

രാത്രിബസ്സ് പാഞ്ഞോടുകയായിരുന്നു. തെക്കോട്ട്, യാത്രക്കാരെല്ലാം ഉറക്കത്തിൽ, ഒന്നുമയങ്ങാൻ ശ്രമിച്ച് അതിനാവാതെ ഞാൻ വാരിയർ മാഷെതന്നെ നോക്കിയിരുന്നു. അദ്ദേഹം ഇരുളിലേക്ക് കണ്ണുമിഴിച്ച് അനക്കമറ്റ് ഇരിക്കുന്നു.

ബസ്സ് ഇടപ്പാളിലെത്തി. ചായകുടിക്കാനും മറ്റുമായി യാത്രക്കാരിറങ്ങി. ഞാൻ വാരിയർമാഷെ വിളിച്ചു. മാഷെ, ചായ- അദ്ദേഹം തല കുലുക്കി നിഷേധിച്ചു.

ഞാൻ ബസ്സിൽനിന്നും ഇറങ്ങി. തിരിഞ്ഞൊന്നു നോക്കി. ബസ്സിലാരുമില്ല. വാരിയർ മാഷ് മാത്രം. ഒറ്റയ്ക്ക് ഇരുളിൽ കണ്ണുനട്ട് അനക്കമറ്റിരിക്കുന്നു.

ആ ദൃശ്യം ഞാൻ ഒരു കാലത്തും മറക്കില്ല. എനിക്കു മാത്രമറിയാവുന്ന, ഞാൻ മാത്രം സാക്ഷിയായ ആ നിശ്ചലരംഗം പിന്നീട് പിറവി സിനിമയിൽ കണ്ടപ്പോൾ ഞാനാകെ വിസ്മയിച്ചു. കാണാതായ മകനെ, അന്വേഷിച്ചുപോയി നിരാശനായി മടങ്ങിവരുന്ന പിതാവിനെ അവതരിപ്പിക്കുന്ന പ്രേംജിയുടെ ആ ഇരിപ്പ് എങ്ങനെ ഇത്ര സത്യസന്ധരായി? പിറവിക്ക് തിരക്കഥ എഴുതിയ എസ് ജയചന്ദ്രൻ നായർക്കും സംവിധാനമേകിയ ഷാജി കരുണിനും ഈ ദൃശ്യം എങ്ങനെ സങ്കല്പിക്കാനായി? ആ കലാകാരൻമാരോടെല്ലാം എനിക്ക് തികഞ്ഞ ആദരവ് തോന്നുന്നു. കലയുടെ സർവ്വാത്മകഭംഗിക്കും സനാത്മകഭംഗിക്കും സനാ തന സത്യത്തിനും മുന്നിൽ നിറഞ്ഞ അദ്ഭുതവും.

1977 മാർച്ച് 22 ന് അടിയന്തരാവസ്ഥ സമ്പൂർണ്ണമായി പിൻവ

ലിച്ചു. വാരിയർമാഷ് കേരളാ ഹൈക്കോടതിയിൽ റിട്ട് ഹർജി നൽകി. കോഴിക്കോട്ട് ആർ.ഇ.സി വിദ്യാർത്ഥിയായ മകൻ രാജനെ 76 മാർച്ച് 1ന് പോലീസ് പിടിച്ചുകൊണ്ടുപോയി. പതിമൂന്നു മാസമായി മകനെപ്പറ്റി ഒരു വിവരവുമില്ല. മകനെകോടതിയിൽ ഹാജരാക്കാൻ ഉത്തരവുണ്ടാകണം. ആഭ്യന്തരസെക്രട്ടറി നാരായണസ്വാമി, ഐ ജി രാജൻ, ഡി ഐ ജി ജയറാം പടിക്കൽ എന്നിവരെയാണ് പ്രതി ചേർത്തത്.

സാക്ഷി ആർ ഇ സി പ്രിൻസിപ്പൽ ഡോ. ബഹാവുദ്ദീൻ.

ജസ്റ്റിസ് സുബ്രഹ്മണ്യൻ പോറ്റിയുടേയും ജസ്റ്റിസ് ഖാലിദിന്റെയും ഡിവിഷൺ ബെഞ്ചിൽ ഹർജി എത്തി. ഈച്ചരവാരിയർക്കുവേണ്ടി അഭിഭാഷകരായ ഈശ്വരയ്യരും രാംകുമാറും ഹാജരായി.

അടുത്ത ദിവസം അസംബ്ലിയിൽ മുഖ്യമന്ത്രി കരുണാകരൻ പ്രഖ്യാപിച്ചു. രാജനെ അറസ്റ്റു ചെയ്തിട്ടില്ല, കസ്റ്റഡിയിലില്ല. തുടർന്ന്, കരുണാകരനെയും എസ് പി ലക്ഷ്മണയെയും പ്രതിപ്പട്ടികയിൽ ചേർത്ത് ഈച്ചരവാരിയർ. ഒപ്പം 12 സാക്ഷികളുടെ സത്യവാങ്മൂലങ്ങളും- തോമസ് ജോർജ്ജ്, ജേക്കബ് ജോൺ, ബാലകൃഷ്ണൻ എന്ന വിദ്യാർത്ഥികൾ. ഹോസ്റ്റൽ വാച്ച്മാൻ നാരായണൻ നായർ, സ്വീപ്പർമാർ ചന്ദ്രൻ, ബാലസുബ്രഹ്മണ്യൻ, മെസ് ബോയ് കോരു. കുക്ക് കരുണാകരൻ, ടൈപ്പ് റൈറ്റിങ് ഇൻസ്റ്റിറ്റ്യൂട്ടിലെ രാജൻ.... ഹൈക്കോടതിയുടെ ചരിത്രത്തിൽ ആദ്യമായി സാക്ഷികളെ വിസ്തരിക്കുവാൻ തയ്യാറാണെന്ന് ജസ്റ്റിസ പോറ്റി പ്രസ്താവിച്ചു.

ഒന്നാം സാക്ഷി പ്രിൻസിപ്പൽ ഡോ. ബഹാവുദ്ദീൻ, അലിഗാർ മുസ്ലീം യൂണിവേഴ്സിറ്റിയിൽ ഡോ. സക്കീർ ഹുസൈന്റെ ശിഷ്യനായിരുന്നു വ്യക്തി. അദ്ദേഹത്തിന്റെ മേൽ ഏറെ സമ്മർദ്ദമുണ്ടായി മൊഴിമാറ്റിപ്പറയാൻ. വക്കം മൗലവിയുടെ കുടംബത്തിൽ പിറന്നവൻ, പ്രവാചകമാർഗ്ഗത്തിൽ ജീവിക്കുന്നവൻ, ഖുറാൻ ആത്മാവിലേറ്റു ചൊല്ലുന്നവൻ.

മുഖ്യമന്ത്രി കരുണാകരന്റെ കൂട്ടുമന്ത്രി മുഹമ്മദ്കോയ സാഹിബ് പ്രിൻസിപ്പലിനെഫോണിൽ ബന്ധപ്പെട്ടു. കോഴിക്കോട്ട് പാഞ്ഞെത്തി നേരിട്ടു സംസാരിച്ചു.

പക്ഷേ,

പിറ്റേന്ന്, ബഹാവുദ്ദീൻസാർ കോടതി മുമ്പാകെ ഹാജരായി. അദ്ദേഹം ഖുറാൻ തൊട്ട് സത്യം ചെയ്ത് രേഖകൾ സഹിതം മൊഴി നൽകി. രാജനെ അറസ്റ്റ് ചെയ്തുകൊണ്ടുപോയതായി എനിക്ക് ഉത്തമബോധ്യമുണ്ട്.

ജസ്റ്റിസ് പോറ്റി ആരാഞ്ഞു. 1976 മാർച്ച് 1 നു ശേഷം രാജൻ കോളേജിൽ ഹാജരായിട്ടുണ്ടോ?

ഇല്ല, ആ തീയതിക്കുശേഷം രാജൻ ക്ലാസിൽ ഹാജരായിട്ടില്ല.

കോടതികൾ മധ്യവേനലവധിക്ക് പൂട്ടും. എങ്കിലും രാജൻ കേസ്സിന്റെ വാദം കേൾക്കാനായി ഏപ്രിൽ 1 ന് ജസ്റ്റിസ് പോറ്റിയും ജസ്റ്റിസ് ഖാലിദും തയ്യാറായി.

ഏപ്രിൽ 13ന് ജസ്റ്റിസ് പോറ്റി വിധി പ്രഖ്യാപിച്ചു.

1977 ഏപ്രിൽ 21-ാം തിയ്യതി ശ്രീ രാജനെ ഈ കോടതിയിൽ ഹാജരാക്കുവാൻ പ്രതികളോട് നിർദ്ദേശിക്കുന്ന ഒരു ഹേബിയസ് കോർപ്പസ് റിട്ട് ഞങ്ങൾ ഇതിനാൽ പുറപ്പെടുവിക്കുന്നു. ജസ്റ്റിസ് പോറ്റിയുടെ വിധിന്യായത്തെ ആദരപൂർവ്വം അംഗീകരിച്ചുകൊണ്ട് ജസ്റ്റിസ് ഖാലിദ് സ്വന്തം വിധി പ്രത്യേകം പ്രഖ്യാപിച്ചു.

ജസ്റ്റിസ് ഖാലിദിന്റെ ഹൃദയസ്പർശിയായ വിധിയിൽ ഒരു വാക്യം ഇങ്ങനെ.:

ചിത്തഭ്രമം ബാധിച്ച ഭാര്യയോടും തന്റെ ഏകമകന്റെ തിരോധാനം മൂലം അനാഥമായ ഭവനത്തോടും ആ ദുരന്തത്താൽ ദുഃഖാർത്തരായ രണ്ടു പെൺമക്കളോടും കൂടി ഹൃദയം തകർന്ന ഒരു പിതാവ് കേന്ദ്രത്തിലേയും സംസ്ഥാനത്തിലേയും ഉന്നതപദവിയിലുള്ള ഉദ്യാഗസ്ഥരെ സമീപിച്ചശേഷം 1-3.76 ൽ അപ്രത്യക്ഷനായ തന്റെ പുത്രനെ ഹാജരാക്കുവാൻ ഉത്തരവിടുകയെന്ന പാവനകർത്തവ്യം നിറവേറ്റുവാൻ അപേക്ഷിച്ചു കൊണ്ട് അവസാന ആശ്രയമെന്ന നിലയിൽ ഈ കോടതിയെ ശരണം പ്രാപിച്ചിരിക്കുകയാണ്...

ജസ്റ്റിസ് ഖാലിദിന്റെ വിധിവാക്യത്തിൽ ഹൃദയം പൊട്ടിത്തേങ്ങിയവർ ആയിരങ്ങൾ. തളം കൊട്ടിയ കണ്ണീർ അടർന്നൊഴുകിയവരിൽ ഒരു പിതാവും ഒരു ഗുരുനാഥനും.

പ്രൊഫ. ഈച്ചരവാരിയരും, ഡോക്ടർ ബഹാവുദ്ദീനും.

ആ കണ്ണീരോർമ്മകൾക്ക് മുൻപിൽ എന്റെ സാഷ്ടാംഗ പ്രണാമം.

1

കൂരിരുട്ട്.

അതിലും കനത്ത നിശ്ശബ്ദത.

വെട്ടത്തിന്റെ ഒരു തരിപോലുമില്ലെങ്ങും.

ആകാശത്തിന്റെ ആയിരം കണ്ണുകളും ഏതോ രാക്ഷസൻ തുരന്നെടുത്തുകളഞ്ഞു. മിന്നാമിനുങ്ങുകൾ പോലും പാവങ്ങൾ, പേടിച്ചൊളിച്ചിരിക്കുന്നു.

ചീവിടുകളുടെ കാതു തുളയ്ക്കുന്ന ശബ്ദം നാലു ചുറ്റുനിന്നും ഉയർന്നു കേൾക്കാം. കൂടെക്കൂടെ അങ്ങു ദൂരെ കുറ്റിക്കാടുകളിൽനിന്നും കുറുക്കന്റെ ഓരിയിടൽ. അതിനെത്തുടർന്ന് ഏറെദൂരം നീണ്ടുനിൽക്കുന്ന പട്ടികളുടെ പേടിപ്പെടുത്തുന്ന മോങ്ങിവിളിക്കൽ.

മാർച്ച് മാസത്തിലെ പ്രഥമദിവസമാണ്. എങ്കിലും ഡിസംബറിലെ ശക്തിയോടെ മഞ്ഞ് പൊഴിയുന്നുണ്ട്. ശിശിരം തന്റെ നൃത്തമാടിത്തീർത്തിട്ട് യവനിക ഇനിയും താഴ്ത്തിയിട്ടില്ല. രോമകൂപങ്ങളിൽമൊട്ടുസൂചി തറച്ചുകയറ്റുന്നതുപോലെ തണുപ്പ് ഇപ്പോഴും അനുഭവപ്പെടുന്നു.

പോരെങ്കിൽ, അഞ്ചാറ് രാത്രികളിലെ ഉറക്കമിളപ്പും ക്ഷീണവും മിച്ചം നിൽക്കുന്നു. തലേരാത്രിയിലാണെങ്കിൽ പട്ടിണിയുമായിരുന്നു. തലേരാത്രി മാത്രമോ? ഗാനമേളയുടെയും നാടകത്തിന്റെയും റിഹേഴ്സൽ തുടങ്ങിയ ദിവസം മുതൽ നേരത്തിനും കാലത്തിനും ആഹാരം കഴിച്ചിട്ടില്ല. ഉറങ്ങാനും കഴിഞ്ഞിട്ടില്ല.

'ഇനി ഇന്ന് ഒന്ന് മുക്തകണ്ഠം ഉറങ്ങണം' തന്റെ കൂടെയുള്ള സത്യനോട് രാജൻ പറഞ്ഞു.

'മുക്തകണ്ഠം?'

'മുക്തകണ്ഠം!' രാജൻ പൊട്ടിച്ചിരിച്ചു.

'വയർ നിറയെ വല്ലതും തിന്നുകേം വേണം?'

ജിവച്ചില്ല. അടിച്ചമർത്തപ്പെട്ട സ്വാതന്ത്ര്യത്തിനെതിരെ ഒരു വാക്കുപോലും ഉരിയാടിയില്ല.

2

കോഴിക്കോട് സർവ്വകലാശാലയുടെ മേഖലാ യുവജനോത്സവം ഫറൂഖ് കോളേജിൽ നടക്കുകയായിരുന്നു. യുവജനോത്സവത്തിൽ കോഴിക്കോട് റീജ്യണൽ എഞ്ചിനീയറിംഗ് കോളേജ് വിദ്യാർത്ഥികളും പങ്കെടുക്കുകയുണ്ടായി. അവസാന വർഷം സിവിൽ എഞ്ചിനീയറിംഗ് വിദ്യാർത്ഥിയും ആർട്സ് ക്ലബ്ബ് സെക്രട്ടറിയുമായ പി. രാജനാണ് കലാ പരിപാടികളുടെയൊക്കെ ജീവനാഡി. ഒന്നാന്തരമൊരു ഗായകൻ : നല്ലൊരു നടൻ, രാജന്റെ നേതൃത്വത്തിലാണ് കഴിഞ്ഞ മൂന്നാലുവർഷമായി റീജ്യണൽ എഞ്ചിനീയറിംഗ് കോളേജ് വിദ്യാർത്ഥികൾ അവരുടെ കലാചാതുര്യം പ്രകടിപ്പിക്കാറുള്ളത്. കഴിഞ്ഞാണ്ടിലും അതിനു മുൻ കൊല്ലവും ആകാശവാണി കോഴിക്കോട് നിലയം പ്രക്ഷേപണം ചെയ്ത 'യുവവാണി' പരിപാടി എഞ്ചിനീയറിംഗ് കോളേജിൽ നിന്നും കൊണ്ടുപോയി അവതരിപ്പിച്ചതും രാജൻ തന്നെ. അന്ന് രാജൻ പാടിയ ലളിതഗാനവും, രാജൻ നയിച്ച സംഘഗാനവും, രാജൻ അഭിനയിച്ച 'ശവംതീനികൾ' എന്ന നാടകവും ഇന്നും എഞ്ചിനീയറിംഗ് കോളേജിലെ വിദ്യാർത്ഥികളും അധ്യാപകരും ഉൾക്കുളിരോടെ ഓർക്കുന്നു.

ഫറൂഖ് കോളേജിൽ യുവജനോത്സവത്തിൽ പങ്കുകൊണ്ട് വെളുപ്പിന് അഞ്ചുമണിയായപ്പോൾ ചാത്തമംഗലത്ത് എഞ്ചിനീയറിംഗ് കോളേജ് കാമ്പസിനു വെളിയിൽ ബസ്സിറങ്ങിയ രാജന് ഒരു ഖേദമേ ഉണ്ടായിരുന്നുള്ളു. ഒരു ഇലക്ട്രിക് ഗിത്താർ കൂടി ഉണ്ടായിരുന്നെങ്കിൽ ഗാനമേള കൊഴുത്തേനെ. ഹോസ്റ്റലിലെ മെസ്സ് ബോയി കോരു നല്ല ഗിത്താറിസ്റ്റാണ്. കോളേജ് ഓർക്കെസ്ട്രായുടെ പല പരിപാടികൾക്കും കോരുവിനോട് ഫറൂഖിൽ വരണമെന്ന് ഏർപ്പാട് ചെയ്തിരുന്നു. അതിനുവേണ്ടി പണവും ഒരു സ്വന്തം ഷർട്ടും കോരുവിന് കൊടുക്കുകയുണ്ടായി. എന്താണ് കോരു വരാതിരുന്നത്? കോരുവിന്റെ വീട്ടിൽ പ്രായമായ അമ്മ മാത്രമേയുള്ളൂ. ഒരു പക്ഷേ, രാത്രിയിൽ ഒറ്റയ്ക്കാക്കി പോരാൻ കഴിഞ്ഞിട്ടുണ്ടാവില്ല.

3

കോഴിക്കോട് റീജ്യണൽ എഞ്ചിനീയറിംഗ് കോളേജിൽ ആൺകുട്ടികൾക്കു മാത്രം അഞ്ച്ഹോസ്റ്റൽ കെട്ടിടങ്ങളുണ്ട്. എ,ബി,സി,ഡി,ഇ. മാർച്ച് മാസമായതുകൊണ്ട് നേരം വെളുക്കുവോളം ചില വിദ്യാർത്ഥികളെങ്കിലും ഉണർന്നിരുന്ന് പഠിക്കാറുണ്ട്. ചിലർ പാതിരാത്രി കഴിയും വരെ ഇരുന്നിട്ട് വെളുപ്പിന് തളർന്നുറങ്ങും. മറ്റു ചിലർ നേരത്തെ ഉറങ്ങിയിട്ട് രണ്ടു മണിക്കും മൂന്ന് മണിക്കും ഉണരും. ഹോസ്റ്റൽ മുറിയിൽ പഠിക്കാൻ സൗകര്യം പോരെന്ന് തോന്നുന്നവർ കോളേജ് കെട്ടിടത്തിൽതന്നെ പഠിക്കാനായി പോകും. അപൂർവ്വം ചിലർ കാമ്പസിനു പുറത്ത് പ്രൈവറ്റ് ലോഡ്ജിലും മുറിയെടുത്തിട്ടുണ്ട് പഠിക്കുവാൻ വേണ്ടി. ഡ്യൂട്ടി വാച്ചുമാൻ നാരായണൻ നായർ ഇതെല്ലാം കഴിഞ്ഞ പതിമൂന്നുവർഷമായി കണ്ടുപോരുന്നു. ഒന്നിലും അസാധാരണമായി ഒന്നും കാണാൻ കഴിഞ്ഞിട്ടില്ല.

അന്നും- ആയിരത്തി തൊള്ളായിരത്തി എഴുപത്താറിലെ മാർച്ച് മാസത്തിന്റെ ഒന്നാം ദിവസം വെളുപ്പിനും പതിവുപോലെ ഹോസ്റ്റലിൽ പയ്യെപ്പയ്യെ ദിവസമാരംഭിച്ചു തുടങ്ങുകയായിരുന്നു.

നാലരമണികഴിഞ്ഞു. പെട്ടന്ന് രണ്ടു നീലവാനുകൾ അതിവേഗം 'ഡി,ഇ' ഹോസ്റ്റലുകൾക്ക് മധ്യേയായി വന്നു നിന്നു. കാക്കി വേഷമിട്ട നാലഞ്ച് പോലീസുകാരും, മറ്റു കുറേ മഫ്ടി പോലീസുകാരും വണ്ടികളിൽ നിന്ന് ചാടിയിറങ്ങി. എല്ലാവരുടേയും കയ്യിൽ ലാത്തി. അവർ ഒച്ചപ്പാടുണ്ടാക്കി. ധൃതിയിൽ 'ഡി' ഹോസ്റ്റലിലേക്ക് ഓടിക്കയറി. വാച്ചുമാൻ നാരായണൻ നായർ അവരുടെ അടുക്കലേക്ക് ഓടിയെത്തി. നാരായണൻ നായരുടെ നേർക്ക് നാലഞ്ചു പോലീസുകാർ ചാടി വീണു. 'ഷീ റാസ്ക്കൽ, എന്താടാ നിന്റെ കയ്യിൽ വടിയും വാളുമൊക്കെ'?

താൻ ഡ്യൂട്ടി വാച്ചുമാനാണെന്നും ഡ്യൂട്ടി സമയങ്ങളിൽ കയ്യിൽ വടിയുണ്ടായിരിക്കണമെന്നും നാരായണൻ നായർ അറിയിച്ചു. പക്ഷേ, പോലീസുകാർ അയാളെ ചീത്തപറഞ്ഞ് ഭയപ്പെടുത്ത ിയോടിച്ചു. രാജൻ, ചാലി, മുരളി, ഷംസുദ്ദീൻ ഈ ..... മക്കളൊക്കെ എവിടെടാ എന്നട്ടഹസിക്കാൻ തുടങ്ങി. അവർ നിലത്താഞ്ഞു ചവിട്ടിക്കൊണ്ട് കോവണിപ്പടികൾ ചാടികയറി.

പാതിരാ കഴിയുവോളം പഠിച്ചശേഷം തളർന്നുറങ്ങുന്ന പല വിദ്യാർത്ഥികളും വാതിലുകളിൽ മുട്ടും ചവിട്ടും തുടർന്നുള്ള തെറിവിളികളും കേട്ട് ഞെട്ടിയുണർന്നു. കതക് തുറന്ന് ഇടനാഴികളിൽ തങ്ങൾ ഒരു പേക്കിനാവ് കാണുകയാണെന്ന മാതിരി സ്വയം വിശ്വസിക്കാനാവാതെ കുട്ടികൾ മിഴിച്ചു നിന്നു.

ബൂട്ട്സിന്റെ ശബ്ദങ്ങൾ

-എവിടെടാ രാജൻ?

-എവിടെടാ ചാലി?

-എവിടെടാ മുരളി?

-എവിടെടാ ഷംസുദ്ദീൻ?

അലർച്ചകൾ. കതകുകളിൽ ലാത്തിയിട്ടടിക്കുന്ന മുഴക്കങ്ങൾ. കുറെ ഭീമന്മാർ ഭ്രാന്തന്മാരെപ്പോലെ അങ്ങോട്ടും ഇങ്ങോട്ടും ധൃതിയിൽ ഓടുന്നു. നോക്കി നിൽക്കുന്ന കുട്ടികളെയും മറ്റും തെറിപറഞ്ഞ് ഭീഷണിപ്പെടുത്തി ഓടിക്കുന്നു.

4

ക്രൈംബ്രാഞ്ച് ഇൻസ്പെക്ടർ ശ്രീധരന്റെ നേതൃത്വത്തിൽ താണ്ഡവമാടി നിൽക്കുന്ന ആ രാക്ഷസന്മാരുടെ ഇടയിലേക്ക് ഉറക്കക്ഷീണവും വിശപ്പും മൂലം വാടിത്തളർന്ന ശരീരവും മനസ്സുമായിട്ടാണ് രാജനും സത്യനും നടന്നു ചെന്നത്.

ഹോസ്റ്റൽ മുറ്റത്തെ തൈമാവുകളിലൊന്നിന്റെ കീഴെ ഇരുട്ടുപറ്റി നിന്ന നാലഞ്ച് രാക്ഷസന്മാർ അവരുടെ മേൽ ചാടിവീണു. അവർ സത്യന്റെ പിടലിക്കു കുത്തിപ്പിടിച്ചന്വേഷിച്ചു: ' എവിടെ പോയിട്ടു വരുന്നെടാ പാതിരയ്ക്ക്?

സത്യൻ പറഞ്ഞു: 'ഫറൂഖിൽ യൂത്ത് ഫെസ്റ്റിവൽ കഴിഞ്ഞു...'

അവന്റമ്മേടെ ഊത്ത് ഫെസ്റ്റിവൽ! ആരാടാ കൂടെയുള്ളത്?

ആർട്ട്സ് ക്ലബ് സെക്രട്ടറി രാജൻ.

രാജൻ! ആ പേര് കേട്ടതും അവർ അലറിവിളിച്ചു. വിശന്ന ചെന്നായ്ക്കൾ പച്ചമാംസം കണ്ടിട്ടെന്ന പോലെ അവർ നാലും കൂടി രാജനെ മുഷ്ടിയിലൊതുക്കി. അവർ ഗർജ്ജിച്ചു.

ഹോസ്റ്റലിനുള്ളിൽനിന്നും ശ്രീധരനും കൂട്ടാളികളും പുറത്തുവന്നു. അവർ വരുംവഴിക്ക്, എന്താണീ കാണുന്നത്! തങ്ങൾ ഏതു ലോകത്താണ്? എന്ന് മിഴിച്ചു നിൽക്കുന്ന വിദ്യാർത്ഥികളെ നാലുപാടും പായിച്ചു.

വാച്ചുമാൻ നാരായണൻ നായർ ഹോസ്റ്റൽ സെക്രട്ടറി പ്രകാശിന്റെ മുറിയിലേയ്ക്ക് 'ഇ' വിങ്ങിലേക്ക് പാഞ്ഞു.

ശ്രീധരൻ രാജനെ നീട്ടിവളർത്തിയ തലമുടിക്ക് കുത്തിപ്പിടിച്ച് വാനിനുള്ളിലേക്ക് വലിച്ചെറിഞ്ഞു.....

5

വാച്ചുമാൻ നാരായണൻ നായർ കതകിനു മുട്ടി വിളിക്കുന്നതു കേട്ടുകൊണ്ട് ഹോസ്റ്റൽ സെക്രട്ടറി പ്രകാശ് ഉണർന്നു. കണ്ണും തിരുമ്മി എണീറ്റുവന്ന പ്രകാശിന് വാച്ചുമാൻ പറഞ്ഞ കാര്യങ്ങൾ വിശ്വസിക്കാൻ കഴിഞ്ഞില്ല. ജനാലയിലൂടെ പുറത്തേക്കു നോക്കിയപ്പോൾ കണ്ടു,'ഡി,ഇ' ഹോസ്റ്റലുകൾക്കു മധ്യേ രണ്ടു നീലവാനുകൾ അരണ്ട വെളിച്ചത്തിൽ. അതിനെ ചുറ്റിപ്പറ്റി ലാത്തി പിടിച്ച പോലീസുകാർ, കാക്കിവേഷത്തിലും മഫ്ടിയിലുമുള്ളവർ; ഒരു വാനിന്റെ തുറന്നുകിടക്കുന്ന പിൻവാതിലിലൂടെ വാനിനുള്ളിലിരിക്കുന്ന രാജനേയും പ്രകാശ് കണ്ടു. രാജന്റെ രണ്ടു വശത്തും കാക്കിധാരികൾ.

പ്രകാശ് വേഗം കുപ്പായമെടുത്തിട്ട് നാരായണൻ നായരേയും കൂട്ടി വാർഡന്റെ വീട്ടിലേക്ക് ഓടി. ചീഫ് വാർഡൻ കുറേ നാളായി അവധിയിലാണ്. ആക്ടിംഗ് വാർഡൻ മാത്തമാറ്റിക്സ് വകുപ്പിലെ ഡോ. രാമകൃഷ്ണൻ.

നേരം ഇനിയും വെള്ള കീറിയിട്ടില്ല. എഞ്ചിനീയറിംഗ് കോളേജിലെ കെട്ടിടങ്ങൾപോലും ഭീതിമൂലം സ്തബ്ധരായി ഇരുളിലൊളിച്ചു നിൽക്കുന്നതേയുള്ളു. ഹോസ്റ്റൽ മുറ്റത്തേക്കിറങ്ങിവരുന്ന 'ഡി' ഹോസ്റ്റലിലെ ചില വിദ്യാർത്ഥികളെയും അവിടത്തെ സ്വീപ്പർമാരിൽ ചിലരെയും കുക്കിനേയുമെല്ലാം ലാത്തി ചുഴറ്റി തെറിപറഞ്ഞ് പോലീസുകാർ വിരട്ടിയോടിക്കുന്നതു പ്രകാശ് ശ്രദ്ധിച്ചു.

ഹോസ്റ്റലിൽ നിന്നും ഏതാണ്ട് രണ്ടു ഫർലോങ് പോകണം, സ്റ്റാഫ് ക്വാർട്ടേഴ്സിലേക്ക്.

ഡോ. രാമകൃഷ്ണനും വെളുപ്പാൻകാലത്തെ സുഖ നിദ്രയിലായിരുന്നു. പ്രകാശും നാരായണൻ നായരും കൂടി അദ്ദേഹത്തെ വിളിച്ചുണർത്തി. വിവരമറിഞ്ഞ വാർഡനും ഒരു നിമിഷം എന്തു ചെയ്യണമെന്നറിയാതെ നിന്നുപോയി.

പ്രിൻസിപ്പൽ താമസിക്കുന്നത് ഒരു കിലോമീറ്ററോളം ദൂരെയാണ്. അദ്ദേഹത്തിന് വീട്ടിൽ ഫോണുണ്ട്. പക്ഷേ എവിടെനിന്ന് വിളിക്കാൻ? താൻ ഉടനെ പ്രിൻസിപ്പാലിനെ ചെന്നുകണ്ട് വിവരം ധരിപ്പിക്കാമെന്ന് വാർഡനേറ്റു. അദ്ദേഹം അതിനു തയ്യാറായി.

6

ഹോസ്റ്റൽ കോമ്പൗണ്ടിനു പുറത്ത് ഗേറ്റിനു എതിർഭാഗത്തായി, ഒരു പ്രൈവറ്റ് ലോഡ്ജുണ്ട്. അവിടെ ചില മുറികൾ ഹോസ്റ്റൽ വിദ്യാർത്ഥികൾ തന്നെ വാടകക്കെടുത്തിട്ടുണ്ട് .ഒറ്റക്കിരുന്ന് വായിക്കാനും പഠിക്കാനുമായി രാജനുമുണ്ട് അവിടെയൊരു മുറി.

ക്രൈം ബ്രാഞ്ച് ഇൻസ്പെക്ടർ ശ്രീധരൻ സംഘത്തോടെ ആ ലോഡ്ജിൽ ആക്രമിച്ചു കയറി. മുറികൾ അവർ ചവിട്ടിത്തുറന്നു. രാജന്റെ മുറിയിലുണ്ടായിരുന്ന പുസ്തകങ്ങൾ തട്ടിമറിച്ച് പരിശോധിച്ച് ദൂരെയെറിഞ്ഞു. ചില പാട്ടുപുസ്തകങ്ങൾ കണ്ടെടുത്തു. എന്തോ ചില ലഘു ലേഖകളും.

കെ.എം. കണ്ണമ്പള്ളിയുടെ മകൻ മുരളി കഴിഞ്ഞ സെമസ്റ്റർവരെ കോളേജിലുണ്ടായിരുന്നു. അന്ന് മുരളി ഈ മുറിയാണ് വാടകയ്ക്കെടുത്തിരുന്നത്. മുറിയുടെ ഭിത്തികളിൽ മുരളി സ്വന്തം ചില വാക്യങ്ങളും ഒപ്പം ചില മാവോസൂക്തങ്ങളും എഴുതിയിട്ടിരുന്നു. മാവോസൂക്തങ്ങൾ കണ്ട പോലീസേമാന്മാർ- ക്രൈംബ്രാഞ്ച്കാർ വിറളി പിടിച്ചു. അവർ കലികൊണ്ടു. അറിയാവുന്ന അശ്ലീലപദങ്ങൾ കൊണ്ടെല്ലാം വിശേഷണം ചാർത്തി അവർ ഉറക്കെ മാവോയുടെയും മുരളിയുടെയും തന്തമാരെ പേരുചൊല്ലി വിളിച്ചു.

അടുത്ത മുറിയിൽ പന്തം കണ്ട പെരുച്ചാഴിയെപ്പോലെ വിറങ്ങലിച്ചു നിൽക്കുന്ന ജോസഫ്ചാലിയെ അവർ കണ്ടെത്തി.

മുറിയിലേയ്ക്കിടിച്ചുകേറിയവർ ചാലിയെ വളഞ്ഞു. ആളെ തിരിച്ചറിഞ്ഞപ്പോൾ ചാലിയുടെ നെഞ്ചിന് മുഷ്ടി ചുരുട്ടിയിടിച്ചു. നിലവിളിയോടെ ചാലി ചുരുണ്ടുകൂടി നിലം പതിച്ചു.

ആ കുട്ടിയെ തൂക്കിയെടുത്ത്, ഉറക്കെ ഗർജ്ജിച്ചുകൊണ്ട് ക്രൈം ബ്രാഞ്ച് പോലീസുകാർ വാനിനരികിലേയ്ക്കു നടന്നു. ചാലിയെ രാജന്റരികിലേയ്ക്ക് അവർ വലിച്ചെറിഞ്ഞു.

നോക്കിനിന്ന കുറെ വിദ്യാർത്ഥികളെ കാക്കി വേഷമുള്ളവർ ആട്ടിപ്പായിച്ചു. മഫ്ടിയിലുള്ള കുറ്റാന്വേഷണകരും കാക്കിയിട്ട സാദാ

പോലീസുകാരും വാനുകളിൽ കയറി. വാനുകൾ രണ്ടും റോഡിലേയ്ക്കിറങ്ങി, തിരിഞ്ഞ് കോഴിക്കോട് ഭാഗത്തേക്ക് ചീറിപ്പാഞ്ഞു.

മണി ആറു കഴിഞ്ഞിരിക്കുന്നു.

കോളേജ് കെട്ടിടങ്ങൾക്കപ്പുറം കിഴക്കൻമലകൾക്കുമേൽ ചോര പൊടിഞ്ഞു തുടങ്ങിയിരിക്കുന്നതു കാണാം.

7

റീജ്യണൽ എഞ്ചിനീയറിംഗ് കോളേജ് കാമ്പസിനു പുറത്ത് കോളേജ് ഹോസ്റ്റലുകൾക്കും മറ്റും ഏതാണ്ട് രണ്ടു ഫർലോങ്ങ് ഇപ്പുറം ഒരു 'മുക്കവല' യുണ്ട്. 'പഞ്ചായത്ത്' എന്നാണ് ഈ മുക്കവല അറിയുന്നത്. ഇവിടെയാണ് സ്റ്റേറ്റ് ബാങ്കും മറ്റും.

ചീറിപ്പാഞ്ഞുവന്ന പോലീസ് വണ്ടികൾ ഈ കവലയിൽ സഡൻ ബ്രേക്കിട്ട് തേങ്ങലോടെ നിന്നു.

കവലയിൽ കമ്പിക്കാലുകളിൽ പറന്നുവന്നിരുന്ന് പ്രഭാതഗീതം പാടുന്ന പുലരിക്കിളികൾ പേടിച്ചരണ്ടു പൊങ്ങിപ്പറന്നു, എങ്ങോട്ടേയ്ക്കോ.....

ശ്രീധരനും ക്രോസ്ബെൽട്ടിട്ട ഒരു കാക്കിധാരിയും വാനുകളിൽ നിന്ന് ചാടിയിറങ്ങി. അവർ നിർദ്ദേശിച്ചതനുസരിച്ച് രണ്ടു പോലീസുകാർ ചാലിയെ രാജന്റെയരികിൽ നിന്നും എടുത്തുമാറ്റി, രണ്ടാമത്തെ വാനിലേക്ക് വലിച്ചെറിഞ്ഞു. ആ വാൻ ചാലിയേയുംകൊണ്ട് ക്രോസ്ബെൽട്ടിട്ടവന്റെ നേതൃത്വത്തിൽ ചീറിപ്പാഞ്ഞുപോയി, കോഴിക്കോട് ലക്ഷ്യമാക്കി.

രാജന്റെ സമീപമുണ്ടായിരുന്ന ഒരു പോലീസുകാരൻ ലാത്തികൊണ്ട് രാജന്റെ അടിവയറ്റിനു കുത്തിയിട്ടാരാഞ്ഞു. എവിടെടാ നിന്റെയൊക്കെ പോൾട്രീഫാം?

സ്റ്റേറ്റ് ബാങ്കിനുമെല്ലാം അപ്പുറം, അല്പം താഴെയായി പ്രവർത്തിക്കുന്ന കോഴിവളർത്തൽ കേന്ദ്രത്തിലേക്ക് ശ്രീധരനും സംഘവും നീങ്ങി. മുരളിയെ പിടികൂടാനാണ് അവർ അങ്ങോട്ടിറങ്ങിയത്.

രാജൻ വാനിനുള്ളിൽ പോലീസ് അകമ്പടിയോടെ കാത്തുകിടന്നു. രാജനെ കാക്കാൻ തോക്കുമായി രണ്ട് കാക്കിധാരികൾ വാനിന് വെളിയിലും നിന്നു.

8

മെസ്ബോയി കോരു രാവിലെ ഡ്യൂട്ടിക്ക് വരികയായിരുന്നു. വെളുപ്പിന് വീട്ടിൽ നിന്നും ഇറങ്ങി പുറപ്പെട്ടപ്പോഴേ പേടിച്ചു പേടിച്ചു പോരുകയായിരുന്നു. 'പഞ്ചായത്തി' നടുത്തെത്തിയപ്പോൾ സ്റ്റേറ്റ് ബാങ്കിനു മുമ്പിൽ നീലവാൻ കിടക്കുന്നു. ഉള്ളൊന്ന് ആളി. തലേന്നാളും അതിന്റെ തലേന്നും പോലീസ് വാനുകൾ തലങ്ങും വിലങ്ങും പായുന്നത് കാണാമായിരുന്നു. ചീറിപ്പായുന്ന വണ്ടികൾ കണ്ട് നാട്ടുകാർ വിരണ്ടു കഴിയുകയാണ്.

വയനാടൻകാടുകളുടെ ഭാഗംതന്നെയായിരുന്നു ആ പ്രദേശങ്ങളൊക്കെ. എഞ്ചിനിയറിംഗ് കോളേജ് സ്ഥാപിതമായശേഷമാണ് ഇപ്പോഴുണ്ടായിരിക്കുന്ന മാറ്റങ്ങൾ.

മധ്യതിരുവിതാംകൂറിൽ നിന്നും കുടിയേറിപ്പാർത്ത ക്രിസ്ത്യൻ കൃഷിക്കാരാണ് അവിടെ അധികവും, മണ്ണിൽ പണിയുന്ന സാധുക്കളായ സ്ത്രീ പുരുഷന്മാർ. അതിരാവിലെ മുതൽ അന്തിയാവോളം ആണും പെണ്ണുമെല്ലാം- ഭാര്യയും ഭർത്താവും - മകനും മകളും - എല്ലാം. മണ്ണിനെ പൊന്നാക്കാനായി പാടുപെടുന്നു.

കായണ്ണയിലെ ആദിവാസികളായ പാവങ്ങൾക്കുവേണ്ടിയാണ് സർക്കാർ തിരുവുള്ളം കനിഞ്ഞ് അവിടെ പോലീസ് സ്റ്റേഷൻ സ്ഥാപിച്ചത്. അതോടെയാണ് പോലീസുകാർ ഒരു പേടിസ്വപ്നമായി നാട്ടുകാർക്ക് അനുഭവപ്പെട്ടു തുടങ്ങിയതും. അതിനുമുമ്പ് ക്രിസ്തുമസ്സും വിഷുവും പോലെ ആണ്ടിലൊരിക്കൽ ഒരു പോലീസുകാരൻ അതുവഴി വന്നുപോയെങ്കിലായി. എന്നിട്ടും ജീവിതം വലിയ കുഴപ്പം കൂടാതെ നടന്നിരുന്നു. കായണ്ണയിൽ പോലീസ് സ്റ്റേഷൻ ഉണ്ടായതോടെ നാട്ടുകാരുടെ സമാധാനജീവിതം ഭഞ്ജിക്കപ്പെട്ടു. ഒരു കൂട്ടം ബകൻമാരെ കാക്കിയണിയിച്ച് കായണ്ണയിലേയ്ക്ക് അയക്കുകയാണ് സർക്കാർ ചെയ്തത്. അവർ സ്റ്റേഷനിൽ വെപ്പും കുടിയുമായി; പിന്നെ വാറ്റുകേന്ദ്രവുമാക്കി. ജനങ്ങൾ അവർക്ക് കോഴിയും ആടും മാത്രമല്ല കാണിക്കവെയ്ക്കേണ്ടി വന്നത്. സ്വന്തം മകളേയും ഭാര്യയേയും പെങ്ങളേയും വരെ ബകൻമാർക്ക് പാവം ഗ്രാമീണർ കാഴ്ചവെയ്ക്കേണ്ടിവന്നു. അവരെ രക്ഷിക്കാൻ ഒരു കുന്തിയും മക്കളും വന്നില്ല. ഏതെങ്കിലും

ഒരു ഭീമൻ വന്ന് ഈ ബകഭരണത്തിൽ നിന്ന് രക്ഷിക്കുമെന്ന് ആ ഗ്രാമവാസികൾ വ്യാമോഹിച്ചു.

അളമുട്ടിയപ്പോൾ അവരിൽ ചിലർ ഒരു സന്ധ്യയ്ക്ക് ഒന്ന് തിരിഞ്ഞുനിന്നു.

സന്ധ്യമയക്കത്തിൽ കള്ളുംറാക്കും കുടിച്ച് നല്ല ബോധത്തിലല്ലായിരുന്ന പോലീസേമാന്മാരെ ആരോ സ്റ്റേഷനിൽ കയറി തല്ലി. പൊതിരെതല്ലി.

മിനിഞ്ഞാന്നായിരുന്നു അത്.

പിന്നെ ഇക്കഴിഞ്ഞ രണ്ടു ദിവസങ്ങളിൽ ഇടിവണ്ടികളിൽ പോലീസുകാർ ആയിരക്കണക്കിനെത്തി. ചാത്തമംഗലം, കൂരാച്ചുണ്ട്, കായണ്ണ പ്രദേശങ്ങൾ പോലീസ് പിടിച്ചെടുത്തു. സകല ആണുങ്ങളുടേയും എല്ലൊടിഞ്ഞു. പെണ്ണുങ്ങളും ബലാൽക്കാരത്തിനിരയായി. പിഞ്ചു കുഞ്ഞുങ്ങളെ പുഴയിൽ വലിച്ചെറിയുകപോലും ചെയ്തു...

പോലീസുകാരെ കൊല്ലാൻ കരുതിക്കൂട്ടി ആക്രമണം നടത്തിയത്രെ!!

'നക്സലു' കളെ മുഴുവൻ കൊന്നുകുഴിച്ചുമൂടുമെന്ന്!!!?'

രണ്ടു ദിവസമായി നടന്നതെന്തെന്ന് ഏതാണ്ടൊരു രൂപമുണ്ട് കോരുവിന്, അതുകൊണ്ട് പോലീസുവാൻ കണ്ടപ്പോൾ ആകെ കിടുങ്ങി ഞെട്ടലോടെ വഴിയോരം ചേർന്ന് മുന്നോട്ട് നോക്കി. ഒരു നോക്കേ നോക്കിയുള്ളൂ, വാനിനുള്ളിൽ അവശനായി രാജൻ ഇരിക്കുന്നത് കോരു കണ്ടു.

എന്തിന്?

എന്തിന് രാജനെ പിടിച്ചുകൊണ്ടുപോകുന്നു?

കായണ്ണയിലെ സംഭവവും രാജനുമായി എന്ത് ബന്ധം? കോരുവിന് ഒന്നും മനസ്സിലായില്ല. കോരു അതിവേഗം ഹോസ്റ്റലിലേക്ക് നടന്നു....

9

കോഴിവളർത്തൽ കേന്ദ്രത്തിലും തൊട്ടടുത്ത റബ്ബർ തോട്ടത്തിലും അരമണിക്കൂർ തെരച്ചിൽ നടത്തി. മുരളിയെ കിട്ടിയില്ല. പക്ഷേ, കിട്ടി. മറ്റൊരു രാജനെക്കൂടി, റബ്ബർ തോട്ടത്തിലെ ടാപ്പറായ രാജൻ. അയാളുടെ ഭാര്യ ദേവകി എഞ്ചിനിയറിംഗ് കോളേജിലെ തൂപ്പുകാരിയാണ് - 'നവ വിവാഹിതർ'. ദേവകിയുടെ അമ്മയുമായി ഒരു കൊച്ചു കുടിലിൽ അവർ കഴിഞ്ഞുവരികയായിരുന്നു.

അരമണിക്കൂറിനു ശേഷം ടാപ്പർ രാജനുമായി കുറ്റാന്വേഷകർ വാ നിന്റടുക്കൽ തിരിച്ചെത്തി. രാജൻമാരെ രണ്ടിനേയും കൊണ്ട് വാൻ വീണ്ടും പടിഞ്ഞാറോട്ടോടി. വഴിക്ക് കള്ളുഷാപ്പ് കണ്ടപ്പോൾ, പോലീസ് വാനല്ലേ, അല്പനേരം അവിടെ നിന്നു. പിന്നീട് കോഴിക്കോട് ലക്ഷ്യമാക്കി ചീറിപ്പാഞ്ഞു.

ടാറിട്ട കറുത്ത റോഡിൽ ചിതറികിടന്നിരുന്ന മഞ്ഞിന്റെ മണിമുത്തുകൾ, ഉരുണ്ടോടുന്ന ടയർചക്രങ്ങൾക്കിടയിൽപെട്ട് ശ്വാസം മുട്ടി മരിച്ചു.

10

കോഴിക്കോട് റീജ്യണൽ എഞ്ചിനീയറിംഗ് കോളേജ് പ്രിൻസിപ്പൽ ബഹാവുദ്ദീൻ മുൻ രാഷ്ട്രപതി ഡോ. സക്കീർ ഹുസൈന്റെ ശിഷ്യപരമ്പരയിൽപെടും. ഡോ. ഹുസൈൻ വൈസ്ചാൻസിലറായിരുന്ന സർവ്വകലാശാലയുടെ സന്തതികളിലൊരാൾ. തനതായ ഒരു വ്യക്തിപ്രഭാവത്തിന് ഉടമയാണദ്ദേഹം.

രാവിലെ ഏഴുമണിക്ക് ആക്ടിങ്ങ് വാർഡൻ ഡോ. രാമകൃഷ്ണൻ കൊണ്ടുവന്ന വർത്തമാനം അദ്ദേഹത്തെ നടുക്കി. രാജനെ പ്രിൻസിപ്പലിന് നേരിട്ടറിയാം. ആർട്ട്സ് ക്ലബ് സെക്രട്ടറിയായ രാജൻ, കഴിഞ്ഞ സെമസ്റ്റർ പരീക്ഷകളിലെല്ലാം ഒന്നാം ക്ലാസ്സ് മാർക്ക് വാങ്ങിയ, മിടുക്കനായ അവസാനവർഷ വിദ്യാർത്ഥിയാണ്. രാജന്റെ പിതാവ് പ്രതിമാസം ആയിരത്തിലേറെ രൂപ ശമ്പളം വാങ്ങുന്ന പ്രൊഫസറായതുകൊണ്ടുമാത്രം സ്കോളർഷിപ്പ് കിട്ടാതെ പോയ വിദ്യാർത്ഥി.

പ്രിൻസിപ്പൽ കുന്ദമംഗലം പോലീസ് സ്റ്റേഷനിൽ ഫോൺ ചെയ്തു. സ്റ്റേഷനിൽ 'ഗുഡ്മോർണിങ് സാർ' എന്ന് പറഞ്ഞ് ഫോൺ അറ്റൻഡ് ചെയ്യാൻ ആരുമുണ്ടായിരുന്നില്ല. കുറേ നേരത്തെ ശ്രമത്തിനു ശേഷമാണ് മറുപടി ഉണ്ടായത്. എഞ്ചിനീയറിംഗ് കോളേജ് കാമ്പസ് തങ്ങളുടെ അധികാരപരിധിയിൽ തന്നെ. പക്ഷേ, ഇന്നലെ രാത്രിയിലോ ഇന്ന് രാവിലേയോ തങ്ങളാരേയും അറസ്റ്റ് ചെയ്തിട്ടില്ല.

പ്രിൻസിപ്പൽ കോഴിക്കോട്ടേയ്ക്ക് പോലീസ് സുപ്രണ്ടിന് ട്രങ്ക് ബുക്ക് ചെയ്തു.

ഒരു മണിക്കൂർ കാത്തിട്ടും പോലീസ് സുപ്രണ്ടിനെ ഫോണിൽ കിട്ടിയില്ല. പോലീസ് സുപ്രണ്ട് ലക്ഷ്മണ രാക്ഷസവധത്തിനു വേണ്ടി 'ജ്യേഷ്ഠൻ' ജയരാമനോടൊപ്പം (ഡി.ഐ.ജി) വനവാസത്തിലാണെന്ന് പാവം പ്രിൻസിപ്പലുണ്ടോ അറിയുന്നു!

എട്ടരമണിയായപ്പോഴേ പ്രിൻസിപ്പൽ കോളേജിലെത്തി. ഭീതരായ വിദ്യാർത്ഥികളുടെ കൊച്ചുകൊച്ചു കൂട്ടങ്ങൾ പ്രിൻസിപ്പലിന്റെ അരികിലെത്തി. പലരും കരഞ്ഞു. ചിലർ പേടിച്ചരണ്ട് മിണ്ടാനാവാതെ നിന്നു.

ഡോ.രാമകൃഷ്ണൻ ഒരു റിപ്പോർട്ട് പ്രിൻസിപ്പലിന് എഴുതിക്കൊ

ടുത്തു– 'രാജനേയും ചാലിയേയും പോലീസ് അറസ്റ്റ് ചെയ്തു കൊണ്ടുപോയി.'

പ്രിൻസിപ്പൽ ഉടൻതന്നെ പ്രൊഫ. അബ്ദുൽ ഗഫൂറിനെ കോഴിക്കോട്ടേയ്ക്കയച്ചു. പോലീസ് സൂപ്രണ്ടിനെ കണ്ട് കാര്യങ്ങളറിയുവാൻ ഒപ്പം,

രാജന്റെ അച്ഛൻ പ്രൊഫ. ഈച്ചരവാരിയർക്കും ചാലിയുടെ പിതാവിനും സംഭവങ്ങളറിയിച്ചുകൊണ്ട് പ്രിൻസിപ്പിൽ ഓരോ കത്തയച്ചു - രജിസ്റ്റർ ചെയ്ത്.

▸ 11

കോഴിക്കോട് നഗരത്തിൽ പ്രവേശിച്ച പോലീസ് വാൻ സൂപ്രണ്ടിന്റെ ആപ്പീസിനു മുന്നിലും നിറുത്തിയില്ല. ജയിൽ റോഡിലൂടെ മുന്നോട്ട് കുതിച്ചപ്പോൾ ജയിലിലേയ്ക്കാവുമെന്ന് കരുതി. എന്നാൽ വാൻ ചെന്ന് കയറിയത് ഹോട്ടൽ 'മഹാറാണി' യിലാണ്. സംസ്ഥാനത്തെ ഒരു മന്ത്രിക്കുകൂടി ഓഹരിയുണ്ടെന്ന് പറയപ്പെടുന്ന സ്റ്റാർ ഹോട്ടലിൽ.

വാനിൽ നിന്നും രാജനേയും ടാപ്പർ രാജനേയും പുറത്തേക്ക് വലിച്ചിട്ടു. എന്നിട്ട് മുകളിൽ നാലാംനിലയിലേയ്ക്ക് വലിച്ചിഴച്ചു കൊണ്ടു പോയി.

ശ്മശാനമൂകതയാർന്ന ഹോട്ടൽ കോറിഡോറുകൾ. ആകെക്കൂടി, എയർകണ്ടിഷനറുകളുടെ ഒരു കൊച്ചിരമ്പം മാത്രമേ ശ്രദ്ധിച്ചാൽ കേൾക്കാനുള്ളൂ.

മുകളിലെ വരാന്തയിലൊരിടത്ത് കൊമ്പൻ മീശക്കാരനൊരുവൻ നിൽപ്പുണ്ട്. ആജാനബാഹുവായ ഭീകരൻ. ശ്രീധരനും സംഘവും രണ്ട് ചെറുപ്പക്കാരുമായി കടന്നുവരുന്നതു കണ്ടപ്പോൾ ഭീകരന്റെ പുലിക്കണ്ണുകളിൽ തിളക്കം വെച്ചു. കൊമ്പൻമീശയുടെ മൂർച്ച കൂടിയതു പോലെ തോന്നി.

അകത്ത് മുറിയിൽ, തലേരാത്രിയിലനുഭവിച്ച കാബറെയുടെയും വിസ്ക്കിയുടെയും ലഹരിയിൽ ചുവന്ന കണ്ണുകളുമായി ഡി.ഐ.ജി ജയരാമും എസ്. പി. ലക്ഷ്മണനും രാമലക്ഷ്മണന്മാർക്ക് ഹനുമാനെപ്പോലെ കാവൽ നിൽക്കുകയാണ് പുലിനാരായണൻ.'പുലി' ഇളിച്ചു ചീറ്റി.

രാജന്റെ കഴുത്തിനു പിടിച്ച് അടുത്ത മുറിയിലേക്ക് വലിച്ചെറിഞ്ഞു. കൂടെച്ചെന്ന് വീണ്ടും പൊക്കിയെടുത്ത് ഷർട്ട് വലിച്ച് ചീന്തി ദൂരെയെറിഞ്ഞു. എന്നിട്ടട്ടഹസിച്ചു. 'ഊരെടാ പാന്റും ബനിയനുമെല്ലാം.'

നിലത്ത് വെറും തറയിൽ കുത്തിയിരിക്കുന്ന വേറെ നാലഞ്ച് ചെറുപ്പക്കാരെ രാജൻ കണ്ടു. ആർക്കും അണ്ടർവെയറല്ലാതെ മറ്റു വസ്ത്രങ്ങളൊന്നുമില്ല. അക്കൂട്ടത്തിൽ ചാലിയെയും കണ്ടു. ചാലി രാജനെ

കണ്ടിട്ട് ചിരിച്ചില്ല - കരഞ്ഞില്ല. നിർവികാരനായി തുറിച്ചു നോക്കി.

പെട്ടെന്ന് മുറിയുടെ വാതിലിൽ രാമലക്ഷ്മണന്മാർ പ്രത്യക്ഷപ്പെട്ടു. അവർ നിലത്ത് പിടഞ്ഞുകിടക്കുന്ന പുഴുക്കളെ നോക്കി പുഞ്ചിരിതൂകി.

ജയരാമൻ ഉത്തരവിട്ടു. 'പച്ചവെള്ളം കൊടുക്കരുത്. ഉറക്കുകയും അരുത്'! പുലി ഇളിച്ചു ചീറ്റി.

വല്യ ആപ്പീസർമാരുടെ മുന്നിൽ വെച്ച് നഗ്നമായ പിഞ്ചുനെഞ്ചുകൾക്ക് മുകളിൽ അവൻ അഷ്ടകലാശം ചവുട്ടി. 'അമ്മേ' എന്ന ഏങ്ങിവിളി എയർകണ്ടീഷൻ മുറികൾക്ക് പുറത്തേക്ക് ഒഴുകിപ്പോയെങ്കിലോ എന്നു വിചാരിച്ചിട്ടോ അതോ സംഗീതപ്രേമം കൊണ്ടോ ലക്ഷ്മണൻ മൂസിക് ചാനൽ തുറന്നുവെച്ചു. രാജകീയമായ ഹോട്ടൽ. ആറു ചാനലിൽ സംഗീതം ഒഴുകിക്കൊണ്ടിരിക്കുകയാണ് എപ്പോഴും.

സംഗീതം പതഞ്ഞൊഴുകി.

പുലി നൃത്തംവച്ചു - തറയിൽ.

അർധനഗ്നമായ, അർധബോധാവസ്ഥയിൽ കിടക്കുന്ന ഇളം മേനികളിൽ.....

കരഞ്ഞുവിളിക്കുന്ന വായ്ക്കുള്ളിലേക്ക് തുണികൾ കുത്തിത്തിരുകി...

പിടയ്ക്കുന്ന കൈകാലുകൾ കൂട്ടിക്കെട്ടി.....

മുറിക്കുള്ളിലെ ഫോണെടുത്ത് ജയരാമൻ കൗണ്ടറിലേക്ക് ഓർഡർ കൊടുത്തു : 'രണ്ട് വിസ്കികൂടി!ങ! ജോണിവാക്കർ തന്നെ'!

അപ്പോൾ ലക്ഷ്മണ പറഞ്ഞു: 'സാർ, എന്റെ വീട്ടിലേക്ക് കുറെ ഐസ്ക്രീം വേണമെന്നു പറയൂ. മക്കൾക്ക് ഐസ്ക്രീം വേണമെന്നു ഇന്നലെ വൈകീട്ടും പറഞ്ഞിരുന്നു'.

ജയരാമൻ ചിരിച്ചു: ഈ ഐസ്ക്രീം വേണ്ടെടോ! ഞാൻ എറണാകുളത്തുനിന്നും 'ബിംബോ' ഐസ്ക്രീം കൊടുത്തയക്കാം. എന്റെ സ്വന്തം കമ്പനി.

രാമലക്ഷ്മണന്മാർ പൊട്ടിച്ചിരിച്ചു. ആ ചിരി കണ്ട് ആനന്ദനൃത്തം വച്ചു, പുലിനാരായണൻ.

12

പ്രൊഫ. ഈച്ചരവാരിയർ കോഴിക്കോട് ഗവ. ആർട്സ് കോളേജിലെ ഹിന്ദിവിഭാഗം തലവനാണ്. എറണാകുളം മഹാരാജാസ് കോളേജിലായിരുന്നു ഏറെക്കാലം. തൃശൂരിലെ ചേർപ്പ് സ്വദേശിയാണെങ്കിലും എറണാകുളത്ത് 'സൗഹൃദനിലയം' എന്നൊരു വീടുവെച്ച് അവിടെയാണിപ്പോൾ സ്ഥിര താമസം.

മാർച്ച് ഒന്നാംതീയതി വെളുപ്പിന് അദ്ദേഹം കോഴിക്കാടെത്തിയതേയുള്ളു. ഈ മുപ്പത്തൊന്നാം തീയതി അദ്ദേഹം സർവ്വീസിൽ നിന്നും വിരമിക്കും. കുറെ ദിവസങ്ങൾ അവധിയിലായിരുന്നു.

വെളുപ്പിന് കോഴിക്കോട്ടെത്തിയപ്പോൾ പ്രൊഫസർ 'കേരളഭവൻ' ഹോട്ടലിൽ ഒരു മുറിയെടുത്തു. മകൻ രാജനോട് ഒന്നാം തീയതി വൈകുന്നേരം കേരളഭവനിൽ വച്ച് കാണാമെന്നു പറഞ്ഞാണ് പിരിഞ്ഞത്.

ഫെബ്രുവരി പതിനേഴ് രാജനെ കണ്ടതാണ്. അന്ന് പ്രൊഫസർ മെഡിക്കൽ കോളേജാശുപത്രിയിൽ ചെക്കപ്പിന് പോവുകയുണ്ടായി. വിവരമറിഞ്ഞ് രാജൻ ആശുപത്രിയിൽ വന്നു. ഏറെ നേരം അച്ഛന്റടുത്തിരുന്നു. ഒട്ടേറെ കാര്യങ്ങൾ - മൂത്തമകൾ രമയുടെ വിവാഹം, ഇളയ മകൾ ചാന്ദ്നിയുടെ പരീക്ഷ - പ്രൊഫസർ അന്ന് മകനുമായി സംസാരിച്ചു. ആർട്സ് ക്ലബ്ബുമായി പാട്ടുപാടി നടന്ന് പരീക്ഷ ഉഴപ്പരുതെന്ന് രാജനെ അച്ഛൻ ഉപദേശിച്ചു. 'ഒന്നാംക്ലാസ്സിൽ കുറയുകയില്ലെ'ന്ന് ചിരിച്ചുകൊണ്ട് രാജൻ ഉറപ്പുനൽകി. എം.എസ്.സി എഞ്ചിനീയറിംഗിന് പോകാൻ ഉയർന്ന ഒന്നാംക്ലാസ് വേണ്ടി വരുമെന്നും പ്രൊഫ. ഈച്ചരവാരിയർ ഓർമ്മിപ്പിക്കുകയുണ്ടായി.

അന്ന് പറഞ്ഞു നിശ്ചയിച്ചതാണ് 1-ാം തീയതി വൈകീട്ട് 'കേരളഭവനി'ൽ വെച്ച് കാണാമെന്ന്-

പത്തുമണി കഴിഞ്ഞാണ് പ്രൊഫ. ഈച്ചരവാരിയർ കോളേജിലെത്തിയത്. ജ്യേഷ്ഠന്റെ മകനും എഞ്ചിനീയറിംഗ് കോളേജിലെ പ്രൊഫസറുമായി ശങ്കരൻ അവിടെ അദ്ദേഹത്തെ കാത്തു നിന്നിരുന്നു,

അശനിപാതമായിട്ട് ആ വാർത്ത പ്രൊഫസറുടെ നെറുകയിൽ

പതിച്ചു:

രാജനെ അറസ്റ്റ് ചെയ്തു!

എന്തിന്??

എന്തിന്???

അദ്ദേഹത്തിന് വിശ്വസിക്കാനായില്ല. ഞെട്ടലിൽനിന്ന് ഞെട്ടലിലേക്ക് അദ്ദേഹം വീണു....

13

അഗ്നി ആവോളം വർഷിച്ചശേഷം സൂര്യൻ അറബിക്കടലിൽ തളർന്നു വീണു. ആരോ ചവുട്ടിത്താഴ്ത്തുന്നതുപോലെ മൃത്യു സമുദ്രത്തിലാണ്ടു മുങ്ങുകയാണ്. ഒരിറ്റു ശ്വാസം കഴിക്കാൻ മുഖമൊന്നുയർത്തണമെന്നുണ്ട്. കഴിയുന്നില്ല. വെള്ളപ്പരപ്പിനു മുകളിലേക്ക് തല പൊന്തുന്നില്ല. ചോര ഛർദ്ദിച്ചതുപോലെ ചുവപ്പുനിറം ഉപ്പുവെള്ളത്തിലാകെ ഇളകിമറിഞ്ഞു.....

ഇരുൾ പരക്കുകയാണ്, ഏങ്ങിക്കരയാൻപോലും സ്വാതന്ത്ര്യമറ്റ പാവങ്ങൾ ഉറക്കം കൊതിച്ചു. ഒരു തരി മയക്കം ഇല്ല, അതിനനുവാദമില്ല. തളർന്ന ശരീരങ്ങൾ കണ്ണിമയ്ക്കാതെ പിടിച്ചു നിൽക്കാൻ ശ്രമിച്ചു.

ഭീതിയോടെ ഇരുട്ടിൽ മിഴിച്ചു നോക്കി.

ഇരുട്ട്.... ഇരുട്ട് മാത്രം....

രാത്രി.... കാളരാത്രി...

ഇതെപ്പോൾ ഒടുങ്ങും?

14

പിറ്റേന്നും ചാത്തമംഗലത്ത് പുങ്കോഴി കൂവി, പുലരി വന്നു. കാക്കകൾ കാറി വിളിച്ചേടത്ത് ഉറക്കമിളച്ചവർ ഓടിയെത്തി. നീറിത്തിളയ്ക്കുന്ന കണ്ണുകൾ കൊണ്ട് അവർ കണ്ടു. ഒരു കൊച്ചു മരക്കൊമ്പിൽ ഒരു കഷ്ണം കയറിൽ രണ്ടു ശരീരങ്ങൾ തൂങ്ങിക്കിടന്നാടുന്നു.

ആണിന്റെയും പെണ്ണിന്റെയും നഗ്നരൂപങ്ങൾ. രാവിലത്തെ കുളിരിളം കാറ്റിൽ വട്ടംചുറ്റിവന്ന മൃതദേഹങ്ങൾ സ്വന്തം മുഖങ്ങൾ കാട്ടിക്കൊടുത്തു. നാട്ടുകാർ ഉമിനീരിറക്കാനാകാതെ ശ്വാസമടക്കിപ്പിടിച്ച് തിരിച്ചറിഞ്ഞു. ടാപ്പർ രാജനും ഭാര്യ ദേവകിയും.

പോലീസ് വാനിൽ ഇന്നലെ പിടിച്ചുകൊണ്ടു പോകപ്പെട്ട ടാപ്പർ രാജൻ-എഞ്ചിനീയറിംഗ് കോളേജിലെ തൂപ്പുകാരിയായ ദേവകി-ഒന്നിച്ചു ജീവിക്കാൻ ആരംഭിച്ച പുതുപ്പെണ്ണും ചെറുക്കനും!

ആരിതു ചെയ്തു?

എന്തിനിവരെ ഇങ്ങനെ കെട്ടിതത്തൂക്കി?

പോലീസ് വാനിൽ കൊണ്ടുപോയവൻ പിറ്റേന്ന് മരക്കൊമ്പിൽ ഭാര്യാസമേതം...?!

കാക്കകൾ കൂട്ടംകൂട്ടമായി പറന്നെത്തി. അവ ചിലച്ചു ശബ്ദമുണ്ടാക്കി. കുറേനേരം മരച്ചില്ലകളിൽ അവിടവിടെ തങ്ങി, കുറേനേരം കരഞ്ഞു ബഹളം കൂട്ടി, പിന്നീട് ദൂരേയ്ക്ക് പറന്നുപോയി.

15

മാർച്ച് രണ്ട്, പകൽ ചുട്ടുപഴുത്തുനിൽക്കുന്നു. കക്കയത്തെ ഇലക്ട്രിസിറ്റി ബോർഡിന്റെ ഇൻസ്പെക്ഷൻ ബംഗ്ളാവിനെ ചുറ്റി ഒഴുകുന്ന കുറ്റ്യാടി പുഴയിലൂടെ ഇന്നൊഴുകുന്നത് ചുടുചോരയാണ്. വയനാടൻ മലനിരകളിലെ അസുലഭദൃശ്യങ്ങളുടെ മനോഹര കേന്ദ്രമായിരുന്നിടം പൂതനാരൂപം പൂണ്ട് ആർത്ത് അട്ടഹസിക്കുന്നു. നൂറ്റാണ്ടുകളിലൂടെ ജീവിച്ചുയർന്ന വൻ മരങ്ങൾ സ്വന്തം നിസ്സഹായതയിൽ ലജ്ജയോടെ തലകുനിച്ചു.

അൻപതോളം പോലീസ് വാഹനങ്ങൾ പുതിയ പുതിയ ഇരകളെ എത്തിച്ചുകൊണ്ടിരുന്നു. ആയുധധാരികളായ അഞ്ഞൂറിലധികം പോലീസ്സേനാംഗങ്ങൾ ഒരു കോട്ട പോലെ നിസ്സഹായരായ അൻപതിലേറെ ചെറുപ്പക്കാരെ - രാക്ഷസൻമാർക്കുപോലും നാണം തോന്നിക്കുന്ന മർദ്ദനമുറകൾക്ക് വിധേയരായ, കൊല്ലാക്കൊല ചെയ്യപ്പെട്ട് ദിവസങ്ങളായി ദാഹജലം പോലും ലഭിക്കാനില്ലാതെ, മരണത്തെ മനഃപൂർവ്വം ആഗ്രഹിക്കുന്ന മനുഷ്യജീവികളെ - വളഞ്ഞു നിന്നു.

ബംഗ്ലാവിൽ പ്രധാനമുറിയിൽ വല്യേമാന്മാർ നിരന്നിരുന്നു. ഡി.ഐ.ജി ജയരാമൻ, സൂപ്രണ്ട് ലക്ഷ്മണൻ. ഡി.വൈ.എസ് പി. മുരളീദാസ് കൃഷ്ണൻ.

അവന്മാർക്ക് മുമ്പിൽ രണ്ടു ബെഞ്ചുകളിൽ രാജനേയും ചാലിയേയും നഗ്നരായി മലർത്തി കെട്ടിയിട്ടിരിക്കുന്നു. അവരുടെ അണ്ടർവെയറുകൾ തന്നെ വായിൽ കുത്തിനിറച്ച് വെച്ചിരിക്കുന്നു. തല ബെഞ്ചിന്റെയറ്റത്ത് താഴേക്കോടിഞ്ഞ് കിടക്കുകയാണ്. കൈകൾ ബെഞ്ചിനടിയിൽ കൂട്ടിക്കെട്ടിയിരിക്കുന്നു. കാൽമുട്ടുകളും, കാലുകളുടെ തള്ളവിരലുകളും തമ്മിൽ ബന്ധിച്ചിട്ടുണ്ട്.

പുലി നാരായണനും നാലഞ്ച് കിങ്കരന്മാരും ചുറ്റും നിൽക്കുന്നു.

രാജന്റെ തുടയിൽ ഇരുമ്പുലക്കവെച്ചിട്ട് രണ്ട് രാക്ഷസൻമാർ 'ഉരുട്ടൽ' ആരംഭിച്ചു. അബോധാവസ്ഥയിലെന്നോണം മയങ്ങിക്കിടന്ന ശരീരം വേദനയിൽ ഞെട്ടിത്തെറിക്കുന്നുണ്ട്.

'പുലി' പുഞ്ചിരിയോടെ ബൂട്ടിട്ട കാലുകൾകൊണ്ട് രാജന്റെ നെഞ്ച

ത്തമർത്തിനിന്ന് സിഗരറ്റ് പുകച്ചു. സിഗരറ്റിന്റെ ചാരം അവൻ തട്ടിവീഴ്ത്തിയത് രാജന്റെ മുഖത്തേയ്ക്ക് തന്നെ.

'അന്ന് ഞാൻ വർഗ്ഗീസിനെ കണ്ണുകൾ തുരന്ന്, കുട്ടകത്തിലിട്ട് പുഴുങ്ങിക്കൊന്നപ്പോഴും അവനൊന്നും പറഞ്ഞില്ല.' ലക്ഷ്മണ പറഞ്ഞു.

ജയരാമൻ ചിരിച്ചു.

'ഇത് അതിലും ഗംഭീരൻ പണി. സ്ക്കോട്ട്ലാൻഡ് യാർഡിൽ ഇപ്പോൾ ഈ റോളിംഗ് പരിപാടിയാണ് പ്രധാന ഐറ്റം.'

'സാർ, സ്ക്കോട്ട്ലാൻഡ് യാർഡും പ്രസിഡണ്ടിന്റെ മെഡലുമൊക്കെ ഞങ്ങൾക്കും കൂടി'......

'ഉം - റിപ്പീറ്റ്' .... ജയരാമൻ വീണ്ടും ഉത്തരവിട്ടു. പുലി ഉഷാറായി. ഇരുമ്പുലക്ക ഉരുട്ടൽ തുടർന്നു. പത്ത് മിനിട്ട് നിരന്തരം. പത്ത് മിനിട്ട് കഴിഞ്ഞ് രാജന്റെ വായിലെ തുണി മാറ്റി. തുറന്നവായിലൂടെ ഒന്നു ശ്വാസമെടുക്കാൻ കഴിഞ്ഞു.

'അമ്മേ! വെള്ളം' എന്ന് പറഞ്ഞോ? ഇല്ല. അതിനു മുമ്പേ വീണ്ടും തുണി കുത്തിത്തിരുകി.

തുടർന്ന് പിന്നേയും പത്ത് മിനിട്ട്

ചലനമറ്റ ശരീരത്തിൽ പ്രാണൻ പിടഞ്ഞ് വിളിച്ചു.

ശരീരത്തിന്റെ ഓരോ സെല്ലും പൊട്ടിത്തകർന്ന് ചിന്നിച്ചിതറുന്ന വേദന.

പത്തു മിനിട്ടിന് ശേഷം ഉരുട്ടൽ നിന്നു. വായിൽ നിന്ന് തുണി വലിച്ചെടുത്തു. തുറന്നവായ് നിശ്ചലം! ശ്വാസമെടുക്കുന്നില്ല?

പുലി രാജന്റെ കവിളിൽ കാൽകൊണ്ടു തട്ടി. അനക്കമില്ല.

പുലി ഏമാന്മാരോട് ചിരിച്ചു കൊണ്ടോതി :

'ഇവനനക്കമില്ല?''

രാമലക്ഷ്ണൻമാർ ചിരിച്ചു. കെട്ടഴിച്ച് നോക്ക്. കെട്ടഴിച്ച് പുലി ബഞ്ചിൽ നിന്നും ആ ശരീരം ചവിട്ടി താഴെയിട്ടു. എന്നിട്ട് അടുത്ത ബെഞ്ചിലെ ചാലിയോടു പറഞ്ഞു. 'കണ്ടോടാ! നിനക്കും ഇതുതന്നെ! നിന്നെയൊക്കെ എന്തു ചെയ്താലും ആരും ഞങ്ങളോടു ചോദിക്കാൻ പോകുന്നില്ലെടാ.'

16

അടുത്തമുറിയിൽ അർധനഗ്നരായി, തളർന്നവശരായി കുത്തിയിരിക്കുന്ന മനുഷ്യജീവികളുടെ ഇടയിലേയ്ക്കു ക്യാമ്പിലെ ഗൺമാൻ കടന്നുവന്നു. അയാൾ കോപത്തോടെ, ദുഃഖത്തോടെ, നിസ്സഹായതയോടെ, ഒച്ച താഴ്ത്തി പറഞ്ഞു. 'ആണ്ടെടാ ഒരെണ്ണം ശരിയായിട്ടുണ്ട്'.

17

മാർച്ച് മൂന്നാംതീയതി വൈകീട്ട് ക്രൈംബ്രാഞ്ച് ഇൻസ്പെക്ടർ ശ്രീധരൻ പ്രൊഫ. ഈച്ചരവാരിയരെ കാണാൻ വന്നു. പോലീസ് അറസ്റ്റ് ചെയ്തു കൊണ്ടുപോയ തന്റെ മകനെപ്പറ്റി അന്വേഷണമാരംഭിച്ച ആ പിതാവിന് ഒരു വിവരവും കിട്ടാൻ തരപ്പെടാതിരുന്നപ്പോഴാണ് ശ്രീധരന്റെ വരവ്.

വളരെ മാന്യമായി, നിറഞ്ഞ പുഞ്ചിരിയോടെ ശ്രീധരൻ ചോദിച്ചു: 'പ്രൊഫ. വാരിയർ, അങ്ങയുടെ മകൻ രാജൻ എവിടെ!'

പ്രൊഫസർ അത്ഭുതപ്പെട്ടു. രാജൻ എവിടെ എന്ന് നിങ്ങൾ എന്നോടാണോ ചോദിക്കുന്നത്? നിങ്ങളല്ലേ അവനെ പിടിച്ചുകൊണ്ടുപോയത്?

കുറ്റാന്വേഷകന് യാതൊരു ജാള്യതയുമില്ല. അയാൾ ചിരിച്ചു. എന്നിട്ട് പറഞ്ഞു: 'എങ്കിൽ മറ്റു സ്ക്വാഡുകൾ വല്ലതുമായിരിക്കും. ഞാൻ അറസ്റ്റ് ചെയ്തിട്ടില്ല. അക്കാര്യം ഞാനൊന്ന് അന്വേഷിക്കട്ടെ എന്നിട്ട് പ്രൊഫസറെ അറിയിക്കാം'.

18

ഇൻസ്പെക്ടർ ശ്രീധരൻ വീണ്ടും പ്രൊഫ. ഈച്ചരവാരിയരെ കണ്ടു. രാജനെ അറസ്റ്റ് ചെയ്തിരിക്കുന്നത് തീരെ നിസ്സാരകാര്യത്തിനാണ്. 'ചോദ്യം ചെയ്ത ശേഷം വിട്ടയയ്ക്കും, അധികം താമസിയാതെ'. രാജന് പരീക്ഷ എഴുതാനൊക്കുമോ? ഏപ്രിലിൽ അവന്റെ ഫൈനൽ എക്സാമാണ്. അതായിരുന്നു അപ്പോൾ പ്രൊഫ. വാരിയരുടെ വലിയ ഉത്കണ്ഠ.

ശ്രീധരൻ അക്കാര്യം ഉറപ്പ് കൊടുത്തു. 'രാജന് തീർച്ചയായും പരീക്ഷ എഴുതാം...!?'

19

പ്രിൻസിപ്പൽ ശ്രീ ബഹാവുദ്ദീൻ, പോലീസ് അവശ്യപ്പെട്ടതനുസരിച്ച് കക്കയത്ത് ചെന്നു. സ്വന്തം കാറിൽ ഡ്രൈവറോടൊപ്പം ചെന്നിറങ്ങിയ പ്രിൻസിപ്പലിനെ ജയരാമൻ സ്വാഗതം ചെയ്തത് ' നീയാണോടാ പ്രിൻസിപ്പൽ? റാസ്കൽ! മാറി നിൽക്കെടാ അങ്ങോട്ട്' എന്നു ഗർജ്ജിച്ചുകൊണ്ടാണ്.

അവന്റെ കണ്ണുകളിൽ രക്തവും ഞരമ്പുകളിൽ മദ്യവും നിറഞ്ഞു തുളുമ്പിയിരുന്നു അപ്പോൾ.

പ്രിൻസിപ്പൽ സ്തംഭിച്ചുനിന്നു.

'ഞങ്ങളാരെയെങ്കിലും കസ്റ്റഡിയിലെടുത്താൽ നീ രജിസ്റ്റർ ചെയ്ത് കത്തയക്കുമല്ലേ? നിന്നെ ആരാണതിന് ചുമതലപ്പെടുത്തിയത്? കോളേജ് നടത്തുന്നു. ഇങ്ങനാണോടാ കോളേജ് ഭരിക്കുന്നത്? ഞാൻ അത് പൂട്ടിക്കുന്നുണ്ട്! കാണിച്ചുതരാം!

കാക്കിയിട്ട ഭ്രാന്തന്റെ ജൽപ്പനങ്ങൾ കേട്ട് പ്രിൻസിപ്പൽ അന്തം വിട്ടു. താൻ ജീവിക്കുന്നത് ഏതു യുഗത്തിൽ? ഏത് ലോകത്ത്? ജീവച്ഛവമായി മടങ്ങിപ്പോരുമ്പോൾ കക്കയത്തെ അന്തരീക്ഷത്തിലാകെ അദ്ദേഹം മരണം മണത്തു.

വയനാടൻ വഴിത്താരകൾ കുനാക്കുരുക്കുകളായി കിടക്കുന്നു. മുന്നിൽ അനന്തമായി.... എവിടെയാണിതിന്റെ അവസാനം?

20

ഹോക്കി കളിക്കാൻ പോയിടത്തുനിന്നാണ് ജോൺ പേ ാളിനെ ക്രൈം ബ്രാഞ്ചുകാർ പിടിച്ചെടുത്തത്. കേര ളത്തിലെ ഏറ്റവും വലിയ ഓട്ടോ സ്പെയർപാർട്സ് കടയുടമയുടെ മകൻ.

കുബേരപുത്രനും കക്കയത്തെത്തി. അധികം താമസിയാതെ പിതാവും അവിടെ വന്നുചേർന്നു. മറ്റു പിതാക്കൻമാർ സ്വന്തം കുട്ടിക ളുടെ സങ്കേതമറിയാതെ വിരണ്ടോടുമ്പോൾ, അജ്ഞതയുടെ കരിങ്കൽ കോട്ടകളിൽ തലതല്ലി കരഞ്ഞു കൂവുമ്പോൾ ഒരു പിതാവിനു മാത്രം- കോടീശ്വരനായ പിതാവിനു മാത്രം - സ്വന്തം മകന്റെ ചുറ്റുപാടുകൾ തിരിച്ചറിയാൻ കഴിഞ്ഞു.

കറൻസി കെട്ടുകളുടെ കൂമ്പാരവുമായി ആ അച്ഛൻ എത്തി. വല്യേ മാൻമാരുമായി 'വില' പറഞ്ഞു.

മന്ത്രിയ്ക്കെത്ര...

ഡി.ഐ.ജിയ്ക്കെത്ര...

എസ്. പിയ്ക്കെത്ര...

- എന്ന് ലക്ഷ്മണൻ കണക്കു കൂട്ടി....

ഐസ്ക്രീം പ്ലാൻറിനെത്ര വേണ്ടിവരും?

പോളിത്തീൻ ഫാക്ടറിക്ക് എത്ര ലക്ഷം വേണം?

കെട്ടുകണക്കിന്, ചാക്കുകണക്കിന്, കറൻസി നോട്ടുകൾ കൈമാറി.

ആ പിതാവ് സ്വന്തം പുത്രനെ ഉടുപ്പിടീച്ച് കാറിൽ കയറ്റി. മകൻ അച്ഛന്റെ പോക്കറ്റിൽ മിച്ചമുണ്ടായിരുന്ന ചെറിയ തുക (ഇരുനൂറ്റമ്പത് രൂപ) വാങ്ങി. അഞ്ചാറ് ദിവസമായി പച്ചവെള്ളം പോലും കിട്ടാതെ മരിച്ചു ജീവിക്കുന്നവരെ ഏൽപ്പിച്ചു. പരമരഹസ്യമായി ആ രൂപകൊ ണ്ട് അൻപതോളം പേർ ഏഴെട്ട് ദിവസം ചായയും ഉപ്പുമാവും വാങ്ങി കഴിച്ചു- താഴെകിട പോലീസുകാരിൽ നിന്നും. വല്ല്യേമാൻമാരുടെ കണ്ണുവെട്ടിച്ച് ചായയും വെള്ളവും കൊണ്ടുകൊടുക്കാൻ കാരുണ്യം

കാട്ടി, പോലീസ് കോൺസ്റ്റബിൾമാർ. പ്രസിഡണ്ടിന്റെ മെഡലില്ലാത്ത സ്കോർട്ട്ലാൻഡ് യാർഡിലും മൗണ്ട് അബുവിലും പരിശീലനം കിട്ടാത്ത, ഐസ്ക്രീം പ്ലാന്റും പോളീത്തീൻ ഫാക്ടറിയുമൊന്നും സമ്പാദിച്ചിട്ടില്ലാത്ത, മക്കളെ പബ്ലിക്ക് സ്കൂളുകളിൽ പഠിപ്പിക്കാൻ നിവൃത്തിയില്ലാത്ത വെറും പോലീസ് കോൺസ്റ്റബിൾമാർ.

21

പത്തുദിവസം പ്രൊഫ. ഈരച്ചവാരിയർ കോഴിക്കോട്ട് സകലശ്രമങ്ങളും നടത്തി, തന്റെ മകൻ എവിടെ എന്നൊന്നറിയാൻ. ഒരു ഫലവുമുണ്ടായില്ല. ഭരണകക്ഷി നേതാക്കളെ കണ്ടു കോഴിക്കോട്ടെ മിനി പോലീസ് മന്ത്രിയായ ഡി.സി.സി.വൈസ് പ്രസിഡണ്ട് സാദിരിക്കോയയുടെ പിന്നാലെ മൂന്നു ദിവസം നടന്നു. പക്ഷേ അദ്ദേഹം ആകെ 'ബിസി' യാണ്, രാജ്യം ഭരിക്കുമ്പോൾ ഒരച്ഛന്റെ വ്യാകുലതയ്ക്ക് എവിടെ സ്ഥാനം? 'ഞാനിപ്പോൾ ശരിപ്പെടുത്താം. എസ്.പി.യെ വിളിച്ചു പറയാം. മന്ത്രിയെ കാണാം'- എന്നെല്ലാം ഉറപ്പു പറഞ്ഞു, പക്ഷേ, പറയുക മാത്രമേ ഉണ്ടായുള്ളു....

അങ്ങനെ അവശനായി, നിരാശനായി, പ്രൊഫ. ഈച്ചരവാരിയർ തിരുവനന്തപുരത്തേയ്ക്ക് പാഞ്ഞു. സാക്ഷാൽ പോലീസ് മന്ത്രി, കാരുണ്യമൂർത്തി, ഗുരുവായൂരപ്പദാസൻ, കരുണാകരന്റെ 'മൻമോഹൻ കൊട്ടാര'ത്തിലെത്തി, പ്രൊഫസർ.

പണ്ട്, കൊച്ചി പ്രജാമണ്ഡലത്തിൽ ഒന്നിച്ചു പ്രവർത്തിച്ചിരുന്നു. കരുണാകരനും താനുമെന്ന് ഈരച്ചവാരിയർ ഓർത്തു. പിന്നീട് താൻ ഹിന്ദി പ്രചാരണത്തിന് തിരിഞ്ഞു. പയ്യെപ്പയ്യെ ഈ തരത്തിലായി. കരുണാകൻ ഇങ്ങനെയും...!

കരുണാകരമന്ത്രിയും അതൊന്നും മറന്നതായി ഭാവിച്ചില്ല. ഈച്ചരവാരിയരെ അദ്ദേഹത്തിന് നന്നായറിയാം. പോലീസ് അറസ്റ്റു ചെയ്തവരുടെ ലിസ്റ്റിൽ പി. രാജൻ എന്ന പേരുള്ളതായി കരുണാകരൻ പറഞ്ഞു. അത് ഈച്ചരവാരിയരുടെ മകനാണെന്നറിഞ്ഞ് മന്ത്രി കണ്ണീർ തൂവി. കലങ്ങിച്ചുവന്ന കണ്ണുകളോടെ ഗദ്ഗദകണ്ഠനായി മന്ത്രി തീർത്തു പറഞ്ഞു.' എന്നാൽ കഴിയുന്നതൊക്കെ ഇക്കാര്യത്തിൽ ഞാൻ ചെയ്യാം. രാജന് ഗൗവരവതരമായ കുറ്റങ്ങളൊന്നുമായും ബന്ധമില്ലെങ്കിൽ എത്രയും വേഗം മോചിപ്പിക്കാം. ഞാൻ വേണ്ടതു ചെയ്യാം.'

ആശ്വാസത്തോടെ, ആനന്ദത്തോടെ പ്രൊഫ. ഈരച്ചവാരിയർ 'മൻമോഹൻ കൊട്ടാര'ത്തിൽ നിന്നും പടിയിറങ്ങി.

22

ആഭ്യന്തരമന്ത്രിയുടെ കണ്ണീരിൽ കുതിർന്ന ഉറപ്പിന്റെമേൽ സുഖമായൊന്നുറങ്ങാൻ പ്രൊഫ. ഈച്ചരവാര്യർ ആഗ്രഹിച്ചു. എന്നാൽ അദ്ദേഹത്തിന് കഴിഞ്ഞില്ല. രാജൻ എവിടെ എന്ന ചോദ്യം ആ പിതൃഹൃദയ ത്തിൽ മുള്ളുവെച്ച ഇരുമ്പുണ്ടയായി തുങ്ങിനിന്നു. വീട്ടിൽ ആരോടും കാര്യങ്ങൾ തുറന്നു പറയാനാവില്ല. അവരിൽ നിന്നും കുറെനാൾ ഇതൊരു രഹസ്യമായി മറച്ചുപിടിച്ചു. ഇളയമകൾ ചാന്ദ്നി ബി.എസ്.സി. അവസാനവർഷപ്പരീക്ഷ എഴുതുകയാണ്. എൺപതും തൊണ്ണൂറും ശതമാനം മാർക്കുവാങ്ങാറുള്ള കുട്ടി. രാജന്റെ അറസ്റ്റും 'അജ്ഞാതവാസ'വും ആ കുട്ടിയുടെ പരീക്ഷയെ ബാധിക്കരുതെന്ന് പ്രൊഫസർ നിശ്ചയിച്ചു.

രാജന്റെ അമ്മ ഒരു മാനസികരോഗിയാണ്. കഴിഞ്ഞ ഇരുപതുവർഷങ്ങളായി ചെയ്യാത്ത ചികിൽസകൾ ഒന്നുമില്ല. അവരോട് ഇക്കാര്യമൊന്ന് പറയാൻ-ഒന്ന് പറഞ്ഞ് കരഞ്ഞാശ്വസിക്കാൻ - കഴിയുമോ?

ഉരുകിമറിയുന്ന അഗ്നിപർവ്വതമായി പ്രൊഫ. ഈച്ചരവാരിയർ നടന്നു. ആഭ്യന്തരമന്ത്രി കഴിയുന്നതൊന്നും ചെയ്തില്ല. കള്ളക്കണ്ണീരായിരുന്നു കരുണാകരൻ ഒഴുക്കിയതെന്നും, കള്ളവും കളവും മാത്രമാണ് ഇടറിയ സ്വരത്തിൽ പറഞ്ഞതെന്നും പയ്യെപ്പയ്യെ മാത്രമേ ആ ശുദ്ധഹൃദയന് ബോദ്ധ്യപ്പെട്ടുള്ളൂ.

23

പ്രൊഫ. ഈച്ചരവാരിയരുടെ സഹോദരൻ മാധവവാരിയർ ചേർപ്പിലെ ഒരു ടൂട്ടോറിയൽ കോളേജിന്റെ ഉടമയും പ്രിൻസിപ്പലുമാണ്. കഴിഞ്ഞ മൂന്ന് മൂന്നര പതിറ്റാണ്ടായി രാഷ്ട്രീയകാര്യങ്ങളിൽ ശ്രദ്ധാലു. അൻപതുകളുടെ ആദ്യം സഖാവ് അച്യുതമേനോനെ- മുഖ്യമന്ത്രിയായിരുന്ന സാക്ഷാൽ സി. അച്യുതമേനോനെ- തങ്ങളുടെ വാരിയത്ത് കൊണ്ട് ചെന്ന് ഒളിവിലിരുത്തിയത് ഈച്ചരവാരിയരും മാധവവാരിയരും കൂടിയാണ്. വീട്ടുകാരെ പോലും അറിയിക്കാതെ. സ്വന്തം ഭക്ഷണം 'മോഷ്ടിച്ച്' ആ കമ്മ്യൂണിസ്റ്റുകാരന് (?) കൊണ്ടുകൊടുത്തിട്ടുണ്ട് അഞ്ചാറുമാസത്തോളം 'കണ്ണിലെ കൃഷ്ണമണി' പൊലെ കാത്തുസൂക്ഷിച്ചിട്ടുണ്ട്. ആ മേനോനും അദ്ദേഹത്തിന്റെ പാർട്ടിയുമല്ലേ സംസ്ഥാനത്തെ ഭരണം ഇപ്പോൾ കണ്ണിലെ കൃഷ്ണമണിപോലെ ഭദ്രമായി സംരക്ഷിച്ച് പോരുന്നത്?

മാധവവാരിയർ അച്യുതമേനോനെ ചെന്നു കണ്ടു. മുഖ്യമന്ത്രി ഏറെ തിരക്കിലായിരുന്നെങ്കിലും രാജനെപ്പറ്റി അന്വേഷിക്കാമെന്ന് അദ്ദേഹം പറഞ്ഞു. സി.ബി.ഐ. യോട് ചോദിക്കട്ടെ.

സി.ബി.ഐ അല്ല സഖാവിന്റെ സർക്കാരാണ്- ക്രൈംബ്രാഞ്ചാണ് - എന്റെ കുട്ടിയെ പിടിച്ചുകൊണ്ടുപോയത്. മാധവവാരിയർ അറിയിച്ചു.

ശരി അന്വേഷിക്കട്ടെ.

അദ്ദേഹം അന്വേഷിക്കും; വേണ്ട നടപടികളും സ്വീകരിക്കും! സ്വന്തം മകൻ രാമൻകുട്ടി മെഡിക്കൽ കോളേജിൽ വച്ച് റാഗു ചെയ്യപ്പെട്ടപ്പോൾ റാഗിംഗിനെതിരെ കർശന നടപടികൾ സ്വീകരിച്ച മുഖ്യമന്ത്രിയല്ലേ? മാധവവാരിയർ ആശ്വസിച്ചു.

പിറ്റേന്ന് ഓഫീസിൽ വന്ന് കാണാൻ മുഖ്യമന്ത്രി പറഞ്ഞു. അതനുസരിച്ച് ഓഫീസിൽ ചെന്നുകണ്ടപ്പോൾ ശ്രീമാൻ അച്യുതമേനോൻ അരുളി:

'രാജനെ അവർ പിടിച്ചിട്ടില്ലെന്നാണല്ലോ പറയുന്നത്'.

മുഖ്യമന്ത്രി തുടർന്നു : 'അയാൾ യു.ജി ആണ്'.

മാധവവാരിയർ ദുഃഖത്തിലും പുഞ്ചിരിച്ചു. അദ്ദേഹം അച്യുതമേനോനോട് ചോദിച്ചു : "U.G means Underground? or Under the Ground?'

(ഒളിവിൽപോയോ, അതോ മണ്ണിനടിയിലായോ)

ഝടുതിയിൽ മുഖ്യമന്ത്രിക്ക് കോപം വന്നു. അദ്ദേഹം കൈയിലിരുന്ന ഫയൽ ദൂരെയ്ക്ക് വലിച്ചെറിഞ്ഞു: ആ വെണ്ണക്കൽ വിഗ്രഹമാകെ ചുവന്നുതുടുത്തു. അദ്ദേഹം ദേഷ്യത്തോടെ ആരാഞ്ഞു:

'നിങ്ങളുടെ മകനെ അന്വേഷിച്ച് ഞാൻ സ്റ്റേറ്റിലെ പോലീസ് സ്റ്റേഷനിലെല്ലാം കയറി ഇറങ്ങണോ?'

മാധവവാരിയർ എണീറ്റു:

സഖാവെന്തിനാണ് ദേഷ്യം കൊള്ളുന്നത്?

സഖാവ് മുഖ്യമന്ത്രിയായിട്ട് ആറേഴു വർഷമായല്ലോ?

ഞാൻ ഇന്നുവരെ കാണാൻ വന്നിട്ടുണ്ടോ?

നിങ്ങളുടെ ദാക്ഷിണ്യത്തിനൊന്നുമല്ല ഇപ്പോൾ വന്നത്.

കള്ളക്കച്ചവടത്തിനു കരിഞ്ചന്തയ്ക്കും സഹായം തേടി വന്നതുമല്ല.

'നിങ്ങളുടെ പോലീസ്' പിടിച്ചുകൊണ്ടുപോയ 'എന്റെ കുട്ടി' എവിടെയാണെന്നറിയാൻ വന്നതാണ്.

വന്നുപോയതിൽ ലജ്ജ തോന്നുന്നു, ഇപ്പോൾ.

വാരിയർ ഇറങ്ങിപ്പോന്നു....

24

ഇനി എന്തുചെയ്യും?

താൻ എന്താണ് വേണ്ടത്?

പ്രൊഫ. ഈച്ചരവാരിയർ സ്വയം ചോദിച്ചു. ഒരു പിതാവ് എന്ന നിലയിൽ തന്റെ മകനെ മോചിപ്പിക്കാൻ വേണ്ട നടപടികൾ സ്വീകരിക്കണ്ടെ? നാളെ രാജൻ വന്ന് തന്നോട് ചോദിക്കില്ലേ, പോലീസ് എന്നെ പിടിച്ചുകൊണ്ടു പോയിട്ട് അച്ഛനെന്താ അനങ്ങാതിരുന്നത്?

പ്രൊഫ. ഈച്ചരവാരിയർ അഡ്വ. എം.എം. ചെറിയാനെ കണ്ടു:

'ഒരു ഹേബിയസ്സ് കോർപ്പസ്സ് ഹർജ്ജി കൊടുത്താലോ?'

ചെറിയാൻ ഉപദ്ദേശിച്ചു: 'ഇപ്പോൾ അതുകൊണ്ട് ഒന്നും നേടാനില്ല. അടിയന്തരാവസ്ഥ ('അടിഇന്ദിരാവസ്ഥ')യാണ്'....

'വെറുതെ ഹർജ്ജി കൊടുത്ത് തള്ളിപ്പോകുന്നതിലും നല്ലത്, അഡ്വക്കേറ്റ് ജനറൽ ടി.സി.എൻ. മേനോനോട് പ്രൊഫസറൊന്ന് ചോദിക്കൂ'....

പ്രൊഫ. വാരിയർ രഹസ്യമായി ടി.സി.എൻ മേനോനെ കണ്ടു. ഹേബിയസ്സ് കോർപ്പസ്സ് ഹർജി കൊടുക്കുന്നതിൽ അർത്ഥമില്ലെന്നും, ഹർജ്ജി കൊടുത്താൽ സർക്കാർ പക്ഷത്തിനുവേണ്ടി താനാവും ഹാജരാകുന്നതെന്നും അദ്ദേഹം പറഞ്ഞു. 'പോലീസ് ചോദ്യംചെയ്യാൻ കസ്റ്റഡിയിൽ എടുക്കും. അന്ന്തന്നെ തിരിച്ചുകൊണ്ടുവിട്ടു' എന്നായിരിക്കും സർക്കാർ വാദിക്കുക, അല്ലെങ്കിൽ'കസ്റ്റഡിയിൽ നിന്നും പ്രതി ചാടിപ്പോയി എന്ന്'.

സർവോപരി അടിയന്തരാവസ്ഥയല്ലേ? ഈച്ചരവാരിയർ എന്തു ചെയ്യേണ്ടൂ എന്നറിയാതെ നിരാശനായി മടങ്ങി.

25

ദിവസങ്ങൾ മാസങ്ങളായി തീരുന്നു. നീറിപ്പിടയുന്ന കാളരാത്രികൾ വന്ധ്യങ്ങളായി വെളുത്തു വിളറുന്നു. പകലുകൾ 'ഇരുപതിന'* ത്തിന്റെ ഉരുൾചക്രങ്ങളിൽ ബെല്ലും ബ്രേക്കുമില്ലാതെ പാഞ്ഞോടുന്നു. കാക്കിവേഷങ്ങളിൽ നരാധമർ നെഞ്ചിൽ മെഡലുകൾ തുന്നിച്ചേർത്ത് സ്കോട്ട്ലാന്റ്യാർഡിലേക്ക് വിമാനം കേറുന്നു.

വിങ്ങിപ്പൊട്ടുന്ന പിതൃഹൃദയങ്ങൾ മുഖ്യമന്ത്രിയുടെ കൊട്ടാരവാതിലിലും ആഭ്യന്തരമന്ത്രിയുടെ ക്ഷേത്രകവാടത്തിലും പാർട്ടിമുഖ്യരായ പുണ്യവാളരുടെയും ധർമ്മ പുത്രൻമാരുടെയും ഹോട്ടൽമുറികൾക്കു മുന്നിലും കാവൽ കിടന്നു.

അടിയന്തരമായി സോഷ്യലിസം നടപ്പാക്കുന്ന തിരക്കിൽ, ലക്ഷം വീടുകൾക്ക് താക്കോൽദാനം ചെയ്യുന്ന ബഹളത്തിൽ, പട്ടയമേളകളിൽ പടംപിടിക്കാനുള്ള ബദ്ധപ്പാടിൽ ആർക്കും രാജൻമാരെപ്പറ്റി അന്വേഷിക്കാൻ നേരം കിട്ടിയില്ല. അവർ കാക്കിവേഷക്കാരുടെ സല്യൂട്ട് വാങ്ങി 'കൊടിവെച്ച കാറു'കളിൽ രാജ്യം മുഴുവനും ശിലകൾ സ്ഥാപിച്ച് പാഞ്ഞുനടന്നു.

**അടിയന്തരാവസ്ഥയിലെ ഇന്ദിരാഗാന്ധിയുടെ 'ഇരുപതിനപദ്ധതി'. തൊഴിൽ സമരങ്ങൾ പാടില്ല. നാവടക്കൂ പണിയെടുക്കൂ, സംഘടിക്കാൻ പാടില്ല തുടങ്ങിയ 'ജനവിരുദ്ധ' പരിപാടികൾ...*

26

ആഭ്യന്തരമന്ത്രിക്കും ആഭ്യന്തരകാര്യ സെക്രട്ടറിക്കും പ്രൊഫ. ഈച്ചരവാരിയർ അപേക്ഷകൾ അയച്ചു. എഞ്ചിനീയറിംഗ് കോളേജ് വിദ്യാർത്ഥിയായ എന്റെ മകൻ രാജനെ കഴിഞ്ഞ മാർച്ച് ഒന്നാം തീയതി വെളുപ്പിന് പോലീസ് പിടിച്ചു കൊണ്ടുപോയതായി പ്രിൻസിപ്പൽ എന്നെ അറിയിച്ചു.

രാജനെപ്പറ്റി പിന്നീട് ഒരു വിവരവും ഇല്ല. അവനെ മോചിപ്പിക്കാൻ ദയവുണ്ടാകണം.

തിരുവുള്ളങ്ങൾ കനിഞ്ഞില്ല. മറുപടി കിട്ടിയില്ല. ഒരു കാർഡു പോലും. രണ്ടാഴ്ച കഴിഞ്ഞ് വീണ്ടും എഴുതി, ഒരു മാസം കഴിഞ്ഞ് ഒരിക്കൽകൂടി എഴുതി, മന്ത്രിക്കും മന്ത്രിയുടെ ഉദ്യോഗസ്ഥനും.

സാമാന്യമര്യാദപോലും ആ പിതാവിനോട്- വോട്ടവകാശമുള്ള ഒരു പൗരനോട് - കാണിക്കാൻ കഴിഞ്ഞില്ല.

അപേക്ഷകൾ, നിവേദനങ്ങൾ ഒക്കെ ചവറ്റുകൊട്ടയിൽ വലിച്ചെറിയപ്പെട്ടു. ഒന്നിനു പിന്നാലെ ഒന്നായി ചവറ്റു കൊട്ടയിൽ അപേക്ഷകൾ കുമിഞ്ഞുകൂടി, ഒപ്പം തടങ്കൽ പാളയങ്ങളിൽ ചുരുട്ടിക്കൂട്ടിയെറിഞ്ഞ മനുഷ്യ ജീവിതങ്ങളും.....

27

വലതുകമ്മ്യൂണിസ്റ്റ് നേതാവ് സി. ജനാർദ്ദനനെ പ്രൊഫ. ഈച്ചരവാരിയർ സമീപിച്ചു. നേതാവ് ആത്മാർത്ഥമായി സഹായിക്കാമെന്നേറ്റു. മുഖ്യമന്ത്രിയെ കാണാം. സെക്രട്ടറി ബലരാമനെ കാണാം, വേണ്ടതു വേഗം ചെയ്യാം.

ജനാർദ്ദനൻ മുഖ്യമന്ത്രിയെ കണ്ടു കാണും. ബാലരാമനെ കണ്ടു കാണും. ഏതായാലും മന്ത്രിസഭായോഗങ്ങളിലോ ഏകോപനസമിതി യോഗങ്ങളിലോ ഒന്നും ഒരു വൃദ്ധ പിതാവിന്റെ നിലവിളി പൊന്തി വന്നില്ല, പ്രൊഫ. ഈച്ചരവാരിയർ തിരുവനന്തപുരത്തു പോയി. ആഭ്യന്തരമന്ത്രിയെ വീണ്ടും കാണാൻ ശ്രമിച്ചു. മന്ത്രി വളരെ തിരക്കിലാണ്. ഡൽഹിക്ക് പറക്കുകയാണ്, ഒന്നിടവിട്ട ദിവസങ്ങളിൽ. പാവം പ്രൊഫസർക്ക് കാണാൻ കഴിഞ്ഞില്ല.

അവസാനം മുഖ്യമന്ത്രിയെത്തന്നെ കണ്ടു. അപ്പോഴും അദ്ദേഹം പഴയപല്ലവി പാടി.

'അവര് പിടിച്ചിട്ടില്ലെന്നാണല്ലോ പറയുന്നത്!'

'പോലീസ്, ഹോസ്റ്റലിൽ നിന്നും തന്റെ മകനെ അറസ്റ്റു ചെയ്തു കൊണ്ടുപോയി'. പ്രിൻസിപ്പൽ രേഖാമൂലം തന്നെ അറിയിച്ചിട്ടുണ്ട്.

'അവരു പറയുന്നത് പിടിച്ചിട്ടില്ലെന്നാണല്ലോ?'

'ചീഫ് മിനിസ്റ്റർ ഒന്ന് അന്വേഷിച്ചാൽ'

മുഖ്യമന്ത്രി വീണ്ടും ചുവന്നുതുടുത്തു: മുൻ കോപം, ഹൃദ്രോഗം എല്ലാം എത്രവലിയ അനുഗ്രഹങ്ങൾ ! വെണ്ണക്കൽ വിഗ്രഹമാകെ ചുവന്നു തുടുത്തു. രക്തസമ്മർദ്ദം കൂടിയതാകും.

പഴയ സഖാവ് ഉറക്കെ പുച്ഛാവത്തിൽ പറഞ്ഞു.

'നിങ്ങളുടെ മകനെ അന്വേഷിക്കാൻ ഞാൻ തോർത്തും തോളിലിട്ടിറങ്ങാം!!'

പ്രൊഫ. വാരിയർ ഖേദപൂർവ്വം എണീറ്റു, അദ്ദേഹം ഉപചാരം പറഞ്ഞു: 'സോറി ഫോർ ദി ട്രബിൾ, സർ!'

'സോറി! മണ്ണാങ്കട്ട! മനുഷ്യന് സ്വൈര്യം തരില്ലേൽ'

തിരിച്ചു പോരുമ്പോൾ പ്രൊഫ. ഈച്ചരവാരിയർക്ക് ഈ മായാ ലോകത്തിൽ വിശ്വസിക്കാൻ കഴിഞ്ഞില്ല.

ചുറ്റും നിറംപിടിപ്പിച്ച ബലൂണുകൾ!

ഊതി വീർപ്പിച്ച് പൊക്കിക്കെട്ടിയിരിക്കുകയാണ്!

ഒരു കൊച്ചു സൂചിമുന കൊണ്ടാൽ, ഒരിറ്റ് നാരാങ്ങാനീര് വീണാൽ പൊട്ടിത്തെറിക്കുന്ന വെറും ബലൂണുകൾ!!!

നോക്കുകുത്തിക്കിവിടെ 'ധർമ്മപുത്രർ' എന്നാണ് പേര് നൽകിയിട്ടുള്ളത്.

ആ ചിന്തകൾ വേഗം കൊഴിഞ്ഞുവീണു. ചിന്ത വീണ്ടും രാജനെപ്പറ്റിത്തന്നെയായി.

അവൻ എവിടെ?

അവനിപ്പോൾ എന്ത് ചെയ്യുകയാവും?

അവന് വിശപ്പിന് ആഹാരം കിട്ടുന്നുണ്ടാകുമോ?

അവന് കിടക്കാൻ പായ ഉണ്ടാകുമോ?

അവന് പാട്ടുപാടാൻ കഴിയുന്നുണ്ടോ?

ഉണ്ണാതെ ഉറങ്ങാതെ പ്രൊഫ. ഈച്ചരവാരിയർ ശൂന്യതയിൽ മിഴിച്ചുനോക്കിക്കഴിഞ്ഞു....

രാജനെ തേടി തിരുവനന്തപുരത്തും തൃശ്ശൂരും കണ്ണൂരുമുള്ള സെൻട്രൽ ജയിലുകളിൽ പ്രൊഫ. ഈച്ചരവാരിയർ പോയി. ചില പോലീസ് ക്യാമ്പുകളിലും ചെന്നു. ഒരു പ്രയോജനവും കിട്ടിയില്ല.

സംസ്ഥാനത്ത ആഭ്യന്തരകാര്യമന്ത്രിക്ക് മൂന്ന് പ്രാവശ്യം നിവേദനം സമർപ്പിച്ചു: 'എന്റെ മകൻ എന്തെങ്കിലും കുറ്റും ചെയ്തിട്ടുണ്ടെങ്കിൽ അവനെ കോടതിയിൽ ഹാജരാക്കുക; വിസ്തരിച്ച് നിർദാക്ഷിണ്യം ശിക്ഷ നൽകുക.!'

ആഭ്യന്തരമന്ത്രിയെ കണ്ട് പറഞ്ഞു. മുഖ്യമന്ത്രിയെ കണ്ട് പറഞ്ഞു. മുഖ്യന്റേയും ആഭ്യന്തരന്റേയും കക്ഷി നേതാക്കളെ കണ്ട് പറഞ്ഞു. പടിവാതിലുകൾ തോറും അലഞ്ഞു.

ആർക്കും കണ്ണുണ്ടായിരുന്നില്ല...

ആർക്കും കാതുണ്ടായിരുന്നില്ല...

ആർക്കും കരളുമുണ്ടായിരുന്നില്ല....

ഇവിടെനിന്നും തനിക്ക് നീതി ലഭിക്കാൻ പോകുന്നില്ലെന്ന് പ്രൊഫ. ഈച്ചരവാരിയർക്ക് ഉറപ്പായി. മാർച്ചു മാസത്തിൽ പോലീസ് പിടിച്ചുകൊണ്ടുപോയ മകനെപ്പറ്റി പത്തുമാസത്തോളമായിട്ടും ഒരക്ഷര മറിയാൻ കഴിയാത്ത നിസ്സഹായത....

ഈ നിസ്സഹായതയുടെ പര്യായമാണോ 'അടിയന്തരാവസ്ഥ' എന്നത്?

29

അവസാനം പ്രൊഫ. ഈച്ചരവാരിയർ സാക്ഷാൽ പ്രധാനമന്ത്രിക്ക് എഴുതി - സർവ്വശക്തിസ്വരൂപിണിയായ പ്രിയദർശിനി ഇന്ദിരാഗാന്ധിക്ക്.

അവരുടെ ആഭ്യന്തരമന്ത്രിക്കും എഴുതി - കേന്ദ്രത്തിലെ കരുണാകരമൂർത്തിയായ ബ്രഹ്മാനന്ദറെഡ്ഡിക്ക്; കൂടാതെ രാഷ്ട്രത്തലവനായ ബഹുമാനപ്പെട്ട രാഷ്ട്രപതിക്കും...

എന്നിട്ട് കണ്ണിലെണ്ണയൊഴിച്ച് കാത്തിരുന്നു....

അവസാനം, വന്നു. രാഷ്ട്രപതിയുടെ കാര്യദർശികളിൽ ഒരുവന്റെ ഒരു കൊച്ചുവാചകം, 'നിവേദനം കേരളാസർക്കാറിന് അയച്ചിട്ടുണ്ട്' എന്ന്,

രാഷ്ട്രപതിക്ക് ലഭിച്ച നിവേദനം പടികൾ ഇറങ്ങിയിറങ്ങി ഇങ്ങു താഴെവന്നു. കേന്ദ്രത്തിലെ ആഭ്യന്തരൻ, കേരളത്തിലെ ആഭ്യന്തരൻ, കേരളത്തിലെ ആഭ്യന്തര കാര്യദർശി, പിന്നെ ഐ.ജി, ഡി.ഐ.ജി, ഡി.എസ്.പി, ഡി.വൈ.എസ്.പി, സർക്കിൾ, സബ്, ഹേഡ്കോൺസ്റ്റബിൾ - അവസാനം ഒരു പാവം കോൺസ്റ്റബിൾ. അയാൾ തേടിപ്പിടിച്ച് പ്രൊഫ. ഈച്ചരവാരിയരുടെ അടുത്തെത്തി, അന്വേഷിച്ചു:

ഈ രാജൻ എവിടാ മാഷേ?

മാഷ്ക്ക് രാജൻ എന്നൊരു മകനുണ്ടോ?

സത്യം പറ!

'സൗഹൃദനിലയ' ത്തിനുമുന്നിലൂടെ കൂവിയാർത്തുകൊണ്ട് തീവണ്ടികൾ ഓടി, തെക്കോട്ടും വടക്കോട്ടും. പ്രൊഫ. ഈച്ചരവാരിയർക്ക് ചിരിക്കാനും കരയാനും തോന്നി.

30

ഇന്ദിരാഗാന്ധിയോ അവരുടെ കാര്യദർശികളോ പ്രൊഫ. ഈച്ചരവാരിയരുടെ അപേക്ഷക്ക് മറുകുറിയായി ഒരക്ഷരം എഴുതി അയച്ചില്ല.

ഇന്ദിരാജി അങ്ങനെ ചെയ്യുമ്പോൾ ബ്രഹ്മാനന്ദന് ചെയ്യാൻ കഴിയുമോ? അങ്ങേരും അനങ്ങിയില്ല.

31

ഒരു മാസത്തിനു ശേഷം പ്രധാനമന്ത്രിക്കും ആഭ്യന്തരമന്ത്രിക്കും പ്രൊഫ. ഈച്ചരവാരിയർ ഓരോ കത്തുകൂടി എഴുതി. കോപ്പികൾ അദ്ദേഹം കേരളത്തിൽ നിന്നുള്ള എല്ലാ ലോകസഭാംഗങ്ങൾക്കും രാജ്യസഭാംഗങ്ങൾക്കും അയച്ചു കൊടുത്തു. കേരളത്തിൽ നിന്നുള്ള എം പി മാരിൽ രണ്ടു പേരെങ്കിലും തനിക്കുവേണ്ടി എന്തെങ്കിലും ചെയ്യാതിരിക്കില്ല. യൂത്ത് കോൺഗ്രസ്സിന്റെ തന്നെ പാർലിമെന്ററി ബോർഡംഗവും മറ്റും മറ്റുമായ വയലാർ രവിയും ഇന്ത്യൻ കമ്മ്യൂണിസ്റ്റ് പാർട്ടിയുടെ യൂത്തായ സഖാവ് ചന്ദ്രപ്പനും രണ്ടുപേരും പ്രൊഫ. ഈച്ചരവാരിയരെ നേരിട്ടറിയും. വേണമെങ്കിൽ ശിഷ്യരാണെന്നു പോലും പറയാം. ചന്ദ്രപ്പൻ ചിറ്റൂരിൽ പഠിക്കുമ്പോൾ, എസ്. എഫ് നേതാവായി വിരാജിക്കുമ്പോൾ, നൂറ് കാര്യങ്ങൾക്ക് പ്രൊഫസറെ സമീപിച്ചിട്ടുണ്ട്.

രവിയും ചന്ദ്രപ്പനും എന്തെങ്കിലും ചെയ്യും. എന്നാൽ അവർ ചെയ്തു - കിട്ടിയ കവർ പൊളിച്ചുനോക്കാതെ ചവറ്റുകൊട്ടയിലേക്ക് വലിച്ചെറിഞ്ഞു.

എൻ. ശ്രീകണ്ഠൻ നായർ എന്ന വലിയ വിപ്ലവകാരിക്കോ കെ. ബാലകൃഷ്ണൻ എന്ന 'ഭയങ്കര' മനുഷ്യസ്നേഹിക്കോ, ലീലാ, ഭാർഗ്ഗവി എന്നീ അമ്മമാർക്കോ, രാജൻ എന്ന ഓമനമകന്റെ പിതാവായ 'സഖാവ്' പി.കെ. വാസുദേവൻ നായർക്ക് പോലുമോ ആ പാവം പിതാവിനെ ഒന്നാശ്വസിപ്പിക്കാൻ, ചെറുവിലനക്കാൻ പോലും സന്മനസ്സുണ്ടായില്ല. എ.സി. ജോർജിനും സി.എം.സ്റ്റീഫനും, ഡോ. ഹെൻട്രി ഒസ്റ്റിനും, ഡോ. സെയ്തുമുഹമ്മദിനുമൊക്കെ ഇന്ത്യ മഹാരാജ്യത്തെ ഭരിക്കുന്ന ബഹളത്തിനിടയിൽ ഇതിനൊക്കയുണ്ടോ നേരം?

ജനപ്രതിനിധികൾ പാവപ്പെട്ട പൗരന്റെ നേർക്ക് കാണിക്കുന്ന ഈ നിഷേധം, ഈ ധിക്കാരം-

ഇതെങ്ങനെ സഹിക്കും ?

ഇതെങ്ങനെ നേരിടണം ??

32

പ്രൊഫ. ഈച്ചരവാരിയരുടെ നിവേദനത്തിന്റെ കോപ്പികൾ കേരളത്തിൽ നിന്നുള്ള എം.പി. മാർക്ക് കിട്ടിയതിന്റെ പിറ്റേന്ന് രാജ്യസഭയിലും കേരളകാര്യങ്ങളെക്കുറിച്ചുള്ള ചർച്ച നടക്കുകയായിരുന്നു. അച്യുതമേനോന്റെ മഹത്തായ മന്ത്രിസഭയ്ക്ക് ആറു കൊല്ലം കഴിഞ്ഞിട്ടും ഭരിക്കുന്നതിനുള്ള കാലാവധി നീട്ടിക്കൊടുക്കുന്ന അവസരം.

രാജ്യസഭയിൽ കമ്മ്യൂണിസ്റ്റ് (മാർക്സിസ്റ്റ്) അംഗമായ വിശ്വനാഥമേനോൻ രാജന്റെ കാര്യം അവതരിപ്പിച്ചു. രാജന്റെ പിതാവിന്റെ അനുകമ്പാർഹമായ നില അദ്ദേഹം വിവരിച്ചു. കേരളത്തിൽ കരുണാകരന്റെ പോലീസ് ചെയ്യുന്ന കടുംകൈകൾക്ക് ദൃഷ്ടാന്തമാണ് രാജൻ സംഭവമെന്ന് മേനോൻ ചൂണ്ടിക്കാട്ടി.

ലോകസഭയിൽ മാർക്സിസ്റ്റ് നേതാവ് എ.കെ.ജി ഹാജർ ഉണ്ടായിരുന്നില്ല. ഉപനേതാവ് സഖാവ് സമർമുഖർജി രാജൻ സംഭവം സമർപ്പിച്ചു. വിശ്വനാഥമേനോനിൽ നിന്നും ലഭിച്ച പ്രൊഫ. ഈച്ചരവാരിയരുടെ നിവേദനം ഉയർത്തിപ്പിടിച്ചുകൊണ്ട് സമർമുഖർജി ഇക്കാര്യത്തിൽ സർക്കാർ എന്തു ചെയ്തുവെന്ന് ആരാഞ്ഞു. രാജന് എന്ത് സംഭവിച്ചുവെന്നറിയാൻ ആഗ്രഹമുണ്ടെന്നറിയിച്ചു.

എന്നാൽ മറുപടിപ്രസംഗം ചെയ്ത കേന്ദ്രത്തിലെ നിയമവകുപ്പ് സഹമന്ത്രി ഡോ. സെയ്തുമുഹമ്മദ് വിശ്വനാഥ മേനോന്റെയോ, സമർമുഖർജിയുടെയോ ശബ്ദങ്ങൾ കേട്ടതായി ഭാവിച്ചില്ല. ഡോ. സെയ്തുമുഹമ്മദ് സ്വന്തം കീശയിൽ കിടക്കുന്ന പ്രൊഫ. ഈച്ചരവാരിയരുടെ കത്ത് മറച്ചുപിടിച്ചുകൊണ്ട് അച്യുത - കരുണാകര സർക്കാരിന്റെ നേട്ടങ്ങളെ വാഴ്ത്തി. അതിന് ശിങ്കിടിപാടി വയലാർ രവിയും സഖാവ് ചന്ദ്രപ്പനും.

33

സഖാവ് എം.കെ. കൃഷ്ണൻ എം.പി. തനിക്ക് കിട്ടിയ പ്രൊഫ. ഈച്ചരവാരിയരുടെ കത്ത് സ്വന്തം ശിപാർശ സഹിതം ഇന്ത്യാ ഗവൺമെന്റിന് അയച്ചു കൊടുത്തു.

വിശ്വനാഥമേനോൻേ എം. പി. രാജ്യസഭയിൽ ഈ പ്രശ്നം ഉന്നയിച്ചിട്ടുണ്ടെന്നും സമർമുഖർജിയെകൊണ്ട് ലോകസഭയിലും പ്രശ്നം അവതരിപ്പിച്ചിട്ടുണ്ടെന്നും പ്രൊഫ. ഈച്ചരവാരിയരെ എഴുതി അറിയിച്ചു. ഒപ്പം വിശ്വനാഥമേനോൻ തനിക്ക് ലഭിച്ച കത്ത് കേരളത്തിലെ ആഭ്യന്തരകാര്യമന്ത്രി കരുണാകരന് അയച്ചു കൊടുക്കുകയുണ്ടായി. പക്ഷേ, സാധാരണ ജനങ്ങളുടെ കത്തിന് മറുപടി നൽകാത്ത നേതാവുണ്ടോ ജനപ്രതിനിധിക്ക് മറുപടി കൊടുക്കുന്നു?

വിശ്വനാഥമേനോനും ഉടൻ ഒരു മറുപടി നൽകാൻ കരുണാകന് തോന്നിയില്ല.

34

എ.കെ.ജി രോഗിയായി വിശ്രമിക്കുകയായിരുന്നു, മുഹമ്മയിൽ. പ്രൊഫ. ഈച്ചരവാരിയർ തന്റെ നിവേദനത്തിന്റെ കോപ്പി എ.കെ.ജിക്ക് മുഹമ്മയിലേക്കാണ് അയച്ചു കൊടുത്തത്. മൂന്നാം ദിവസം എ.കെ.ജിയിൽ നിന്നും സ്വന്തം കൈപ്പടയിൽ മറുപടി ലഭിച്ചു. അങ്ങയുടെ നിവേദനം ശക്തമായ ശുപാർശയോടെ ഞാൻ പ്രധാനമന്ത്രിക്ക് അയച്ചു കൊടുത്തിട്ടുണ്ട്. അതിന്മേൽ എന്തുണ്ടാകുമെന്ന് ഞാൻ പ്രത്യേകം ശ്രദ്ധിച്ചുകൊള്ളാം.

എ.കെ.ജി. അവസാനമായി ഡൽഹിയിൽ എത്തിയപ്പോൾ ഇക്കാര്യവുമായി ആഭ്യന്തരകാര്യവകുപ്പിൽ പോയി ബ്രഹ്മാനന്ദറെഡ്ഡിയുമായി സംസാരിച്ചു. പ്രൊഫ. ഈച്ചരവാരിയരുടെ അപേക്ഷയെപ്പറ്റി അന്വേഷിക്കാമെന്ന ഉറപ്പ് എ.കെ.ജിക്ക് കിട്ടി.

35

ഇന്ത്യൻ കമ്മ്യൂണിസ്റ്റ് പാർട്ടിയുടെ നേതാവ് പി.കെ. വാസുദേവൻ നായരുടെ മകൻ രാജന്റെ കല്യാണം. കല്യാണപ്പന്തലിൽവെച്ച് സഖാവ് വിശ്വനാഥമേനേൻ മന്ത്രി എം.എൻ. ഗോവിന്ദൻ നായരെ കണ്ടു . അപ്പോഴും പ്രൊഫ. ഈച്ചരവാരിയരുടെ നിവേദനത്തിന്റെ കാര്യം വിശ്വനാഥ മേനോൻ ഓർമ്മിപ്പിച്ചു. എം.എൻ വെളുക്കെ ചിരിച്ചുകൊണ്ടു പറഞ്ഞു:'പോലീസ് സ്റ്റേഷനാക്രമണക്കേസിൽ പ്രതിയാണ് ആ പയ്യൻ!'

അതിനെന്താ? വിശ്വനാഥമേനോൻ പറഞ്ഞു: 'ഇടപ്പള്ളി സ്റ്റേഷനാക്രമണക്കേസിലെ പ്രതിയായിരുന്നു ഞാൻ. കൊലക്കുറ്റവാളി. ആഭ്യന്തരമന്ത്രി കരുണാകരനോ? തട്ടിൽ എസ്റ്റേറ്റിലെ മാനേജരെ കൊന്ന കേസിലെ ഒന്നാം പ്രതിയായിരുന്നു. കരുണാകരനും തനിക്കുമൊക്കെ അന്നന്നു ലഭിച്ച ആനുകൂല്യങ്ങൾ ഈ കുട്ടികൾക്ക് കിട്ടിക്കൂടെ? അച്യുതമേനോനു ശേഷം മുഖ്യമന്ത്രിയാകാൻ നോമ്പു നോറ്റിരിക്കുന്ന പി.കെ.വിയും സംസാരത്തിൽ പങ്കുകൊണ്ടു.'

അതൊന്നുമല്ല കാര്യം! വിശ്വനാഥമേനോൻ പറഞ്ഞു:

പ്രൊഫ. ഈച്ചരവാരിയരുടെ അപേക്ഷകൾക്കോ മറുപടിയില്ല. തന്റെ കത്തിനും കരുണാകരൻ ഒരു രസീത് പോലും അയക്കുന്നില്ല. ഞങ്ങൾ ജനപ്രതിനിധികളോടും നിങ്ങളുടെ സർക്കാർ ഇങ്ങനാണോ പെരുമാറുന്നത്? എന്തിനാണ് അച്യുതമേനോനും, എം.എന്നും. ടി.വിയുമൊക്കെ മന്ത്രിമാരാണെന്ന് പറഞ്ഞ് ഞെളിഞ്ഞ് നടക്കുന്നത്?

ഇക്കാര്യം മന്ത്രിസഭായോഗത്തിന്റെ ശ്രദ്ധയിൽ കൊണ്ടുവരാമെന്ന് പറഞ്ഞ് എം.എൻ.പോയി.

വിശ്വനാഥമേനോൻ വീണ്ടും കരുണാകരന് എഴുതി. എന്റെ കത്ത് കൈപ്പറ്റി എന്നുപോലും മറുപടി ഇല്ല! ഏതാണ്ട് ഒരു മാസം കഴിഞ്ഞപ്പോൾ മന്ത്രി കരുണാകരൻ തന്നെ ഒപ്പിട്ട് മുദ്രവെച്ച ഒരു കത്ത് വിശ്വനാഥമേനോന് ലഭിച്ചു.

കരുണാകരൻ സസ്നേഹം എഴുതി: 'പ്രൊഫ. ഈച്ചരവാരിയരുടെ മകൻ പി. രാജനെ പോലീസ് കസ്റ്റഡിയിൽ നിന്ന് മോചിപ്പിക്കണമെ

ന്ന് അപേക്ഷിച്ചുകൊണ്ടുള്ള 'അഭ്യർത്ഥന' അടുക്കംചെയ്ത കത്ത് കിട്ടി പ്രസ്തുത കാര്യം പരിശോധിച്ചുകൊണ്ടിരിക്കുകയാണ്.

36

പ്രൊഫ. ഈച്ചരവാരിയർക്ക് സന്തോഷം തോന്നി. ഏതാണ്ട് പത്ത് മാസത്തിനുശേഷം കരുണാകരൻ 'പ്രസ്തുത കാര്യം പരിശോധിച്ചു' കൊണ്ടിരിക്കുന്നതായി അറിയിച്ചല്ലോ? അപ്പോൾ രാജന് അപകടമൊന്നും സംഭവിച്ചിട്ടില്ല. അവൻ സുഖമായി. ഭദ്രമായി, ജീവനോടെ ഇരിക്കുന്നു.

പ്രൊഫസറുടെ വിശ്വാസത്തെ ബലപ്പെടുത്തുന്നതായി മറ്റൊരു സംഭവവും.

ഒരു സി.ബി.ഐ. ഉദ്യോഗസ്ഥൻ 'സൗഹൃദനിലയ' ത്തിൽ അന്വേഷിച്ച് വന്നു.

കേന്ദ്ര സർക്കാർ സംഗതികൾ ആരാഞ്ഞ് തുടങ്ങിയിരിക്കുന്നു. എ.കെ.ജി ക്ക് നൽകപ്പെട്ട ഉറപ്പിന്റെ പരിണിതഫലമായിരുന്നു അത്. പോരെങ്കിൽ രാജ്യസഭയിലും ലോകസഭയിലും ഉന്നയിക്കപ്പെട്ട പ്രശ്നമല്ലേ?

സി.ബി.ഐ. ഓഫീസർ, രാജനെപ്പറ്റി, പ്രൊഫ. ഈച്ചരവാരിയരെപ്പറ്റി, ഈച്ചരവാരിയരുടെ പിതാവിനെപ്പറ്റി. അവരുടെയൊക്കെ രാഷ്ട്രീയ പ്രവർത്തനങ്ങളെപ്പറ്റിയെല്ലാം ചോദ്യങ്ങളായി. രാജന്റെ വിദ്യാഭ്യാസ നേട്ടങ്ങളും ആരാഞ്ഞു.

എന്നിട്ട് മൂന്നാം ദിവസം തന്റെ ഓഫീസിലെത്തി, തന്നെ കാണുവാൻ ഈച്ചരവാരിയരെ ഏർപ്പാട് ചെയ്തു.

37

സെൻട്രൽ ഇന്റലിജൻസ് ബ്യൂറോയിലെ ഓഫീസർ ഏറെ സഹൃദയനായിട്ടാണ് പ്രൊഫ. ഈച്ചരവാരിയരെ സ്വീകരിച്ചത്.

'അറിവും വിവരവുമുള്ള ഒരു പിതാവിന്റെ പുത്രനാണ് രാജനെന്നും, പാരമ്പര്യമുള്ള ഒരു നല്ല കുടുംബത്തിലെ അംഗമാണെന്നും, സമർത്ഥനായ ഒരു വിദ്യാർത്ഥിയാണെന്നും അന്വേഷണത്തിൽ മനസ്സിലായി' എന്നും അദ്ദേഹം പറഞ്ഞു. 'ഞാൻ ശക്തമായ, സഹതാപാർദ്രമായ ഒരു റിപ്പോർട്ട് അയക്കുന്നുണ്ട്...!?'

പ്രൊഫ. ഈച്ചരവാരിയർ പറഞ്ഞു. 'അവനെ വിട്ടുകിട്ടിയാൽ അവന് രാഷ്ട്രീയവുമായി എന്തെങ്കിലും ബന്ധങ്ങളുണ്ടെങ്കിൽ അത് ഞാൻ ഉപേക്ഷിപ്പിച്ചുകൊള്ളാം. അത് ഞാൻ ഉറപ്പ് തരുന്നു. അവനെ ഒരു നല്ല എഞ്ചിനീയറാക്കിത്തീർക്കും ഞാൻ'.

'അതു വേണ്ട പ്രൊഫസർ!' ഇന്റലിജൻസ് ബ്യൂറോ ഉദ്യോഗസ്ഥൻ ശബ്ദം താഴ്ത്തി അറിയിച്ചു.

'രാജൻ നക്സൽ ആയി പ്രവർത്തിക്കട്ടെ എന്നിട്ട് അവരുടെ വിവരങ്ങൾ ഞങ്ങൾക്ക് തന്നുകൊണ്ടിരുന്നാൽ മതി'.

ഇയാൾ എന്താണ് ഈ പറഞ്ഞുവരുന്നത്? ഒരു സർക്കാർ ചാരനായി രാജനെ ഉപയോഗിക്കാൻ ഞാൻ കൂട്ടുനിൽക്കണമെന്നോ!

'പ്രൊഫസർക്ക് ഇക്കാര്യം ഉറപ്പ് തരാമെങ്കിൽ രാജനെ കാണാനും സംസാരിക്കാനും ഞാൻ ഏർപ്പാടാക്കാം.' ഓഫീസർ വീണ്ടും പറഞ്ഞു.

അങ്ങനെയൊരു ഉറപ്പ് നൽകാൻ പ്രൊഫ. ഈച്ചരവാരിയർക്ക് കഴിഞ്ഞില്ല. ഓഫീസർ അതോടെ ശാന്തഗംഭീരഭാവം സ്വീകരിച്ചു. പിന്നീട് കാണുമ്പോൾ ഈച്ചരവാരിയരോട് അപരിചിതത്വവും നടിച്ചു.

ഒരു പുതിയ വർഷം പൊട്ടിവീണു. ഇലപൊഴിഞ്ഞ് നിന്ന മരങ്ങൾ ജനുവരിയിൽ തളിരണിഞ്ഞു. എവിടെനിന്നോ ഒഴുകിയെത്തുന്ന ഇളം കാറ്റിന് പയ്യെപ്പയ്യെ ചൂടുവെച്ചു തുടങ്ങി. ഐസിന്റെ കിടക്കയിൽ ചത്ത ചോരയുമായി വിറങ്ങലിച്ചു കിടന്നവർക്ക് അനക്കം വെച്ചു.

അടിയന്തിരാവസ്ഥയിൽ അയവ്

തെരഞ്ഞെടുപ്പ് വരുന്നു.

രാഷ്ട്രീയ തടവുകാരെ വിട്ടയയ്ക്കുന്നു.

സൗഹൃദയ നിലയത്തിന്റെ ഗേറ്റ് തുറന്ന് കിടന്നു

ബാഗും തോളിലേറ്റി മൂളിപ്പാട്ടും പാടി വീടിന്റെ പടി കേറിവരുന്ന രാജനെ അവിടെയെല്ലാവരും സ്വപ്നം കണ്ടു.

സ്വപ്നം, സ്വപ്നം മാത്രം.......

38

കേരളപ്രദേശ് കൊൺഗ്രസ്സ് കമ്മറ്റിയുടെ ഒഫീസിൽ അദ്ധ്യക്ഷന്റെ മുറിക്ക് മുമ്പിൽ പ്രൊഫ. ഈച്ചരവാരിയരും മറ്റൊരു പ്രൊഫസറും കൂടി കാത്തിരുന്നു.

പതിനൊന്ന് മാസങ്ങൾക്കു മുമ്പ് ആരംഭിച്ചതാണ് പടിവാതിലുകൾക്ക് മുമ്പിലുള്ള ഈ കാത്തിരിപ്പ്. കോഴിക്കോട് ഡി.സി.സി. ഒഫീസിൽ സാദിരിക്കോയയുടെ വാതിൽക്കൽ:

എറണാകുളത്ത് മുഹമ്മദാലിയുടെ വാതിൽക്കൽ;

മൻമോഹൻ കൊട്ടാരത്തിന്റെ ഗോപുര വാതിൽക്കൽ;

ക്ലിഫ് ഹൗസിന്റെ ഗോപുരവാതിൽക്കൽ!

എത്രയെത്ര വാതിലുകൾ - ഇപ്പോൾ അവസാനം ശ്രീമാൻ എ.കെ ആന്റണിക്ക് മുന്നിലും.

കേരള സന്തതികളെ പരിത്രാണനം ചെയ്യുവാൻ അച്യുതമേനോനോടൊപ്പം അവതാരം കൊണ്ടിരിക്കുന്ന പുതിയ യുഗ പുരുഷൻ. സത്യവും ധർമ്മവും നീതിയും ഉരുത്തിരിഞ്ഞ പുണ്യവിഗ്രഹം.

ആന്റണി തന്റെ ഗുരുനാഥൻമാരെ ഭക്തിപൂർവ്വം വണങ്ങി. ഭവ്യമായി പുഞ്ചിരിതൂകി. പ്രൊഫ. ഈച്ചരവാരിയർ തന്നെ പഠിപ്പിച്ചിട്ടില്ലെങ്കിലും മഹാരാജാസിൽ പഠിക്കുന്ന കാലത്ത് അദ്ദേഹത്തെ നന്നായിട്ടറിയാം.

അദ്ധ്യാപകരുടെ മുമ്പിൽ ആന്റണി ഇരുന്നതു തന്നെ പ്രയാസപ്പെട്ടാണ്. ഗുരുനിന്ദ ആയെങ്കിലോ?

രാജന്റെ കാര്യം മുഴുവനും ആന്റണി വളരെ ശ്രദ്ധയോടെ കേട്ടു. ഈച്ചരവാരിയർ നൽകിയ നിവേദനങ്ങൾ ആദരപൂർവ്വം വാങ്ങി. 'ഒരാഴ്ചക്കുള്ളിൽ വിവരങ്ങൾ അന്വേഷിച്ച് അറിയിക്കാം' എന്ന് തീർത്ത് പറഞ്ഞു.

ഒരാഴ്ച കഴിഞ്ഞ്, പറഞ്ഞനേരത്ത് പ്രൊഫ. ഈച്ചരവാരിയർ കെ.പി.സി.സി ഓഫീസിലെത്തി. പ്രൊഫസറെ കണ്ട് ആരാധക വൃന്ദത്തി

നിടയിൽ നിന്നും ആന്റണി ഓടിവന്നു. - ഭക്തിയോടെ വണങ്ങി. ഭവ്യമായി മന്ദസ്മിതം തൂകി. കൈയിലെ ഫയൽ സ്വതന്ത്രമായി തുറന്നു കാട്ടി: ഇതാ ആദ്യമായിത്തന്നെ സാറിന്റെ കടലാസുകളാണ്. ഞാൻ തിരുവനന്തപുരത്തേക്ക് പോകുന്നു. കരുണാകരനെ കണ്ട് പറയാം.

ആന്റണി തിരുവനന്തപുരത്തേക്ക് പോയി. പിന്നീട് ഡൽഹിക്ക് പോയി. അവിടെപോയി - ഇവിടെ പോയി. തിരിച്ചെത്തിയപ്പോൾ പ്രൊഫ. ഈച്ചരവാരിയർ വീണ്ടും കാണാൻ ചെന്നു. തെരഞ്ഞെടുപ്പിന് സ്ഥാനാർത്ഥികളാകാനുള്ള 'ഖദർ കുപ്പായക്കാരുടെ' മദ്ധ്യത്തിൽ നിന്നും ആന്റണി ഓടിവന്നു ഭക്തിപൂർവ്വം പ്രൊഫസറെ തൊഴുതു. ഭവ്യമായി ചിരിച്ചു - ക്ഷമാപൂർവ്വം പറഞ്ഞു.'കരുണാകരനെ കണ്ടെങ്കിലും ഇക്കാര്യം പറയാൻ കഴിഞ്ഞില്ല. നാളെ വീണ്ടും കാണും അപ്പോൾ പറയാം.'

മൂന്നാം ദിവസം പ്രൊഫ. ഈച്ചരവാരിയർ വീണ്ടും കെ.പി.സി.സി ഓഫീസിൽ പ്രസിഡന്റിന്റെ മുറിക്ക് വെളിയിൽ കാത്തിരുന്നു.

പ്രൊഫസറെ കണ്ടതും ആന്റണി അടുത്ത് വന്നു ഭക്തിയോടെ വണങ്ങി. ഭവ്യമായി പുഞ്ചിരി തൂകി. വളരെ സത്യസന്ധമായി അറിയിച്ചു. 'അന്വേഷിക്കട്ടെ' എന്ന് കരുണാകരൻ പറഞ്ഞു!

കഴിഞ്ഞ് മാർച്ച് പത്ത് മുതൽ അന്വേഷണം ആരംഭിച്ചതാണ്. പ്രൊഫസർ അറിയിച്ചു. തുടർന്ന് അദ്ദേഹം ആരാഞ്ഞു.'എന്റെ ബലമായ സംശയം എന്റെ മകന് എന്തോ സംഭവിച്ചു എന്നാണ് അവനെന്തെങ്കിലും അപായം'.....

'ഹേയ്! അങ്ങനെ യാതൊന്നും സംഭവിച്ചിട്ടില്ല'. എ.കെ ആന്റണി തറപ്പിച്ച് പറഞ്ഞു. 'ഞാൻ ഉറപ്പ് തരുന്നു. രാജന് ഒന്നും സംഭവിച്ചിട്ടില്ല'.....!?

39

അന്ന് പ്രൊഫ. ഈച്ചരവാരിയർ ഒരു സ്വപ്നം കണ്ടു.

-ഒരു ദുഃസ്വപ്നം.

ഒരു ബെഞ്ചിൽ തന്നെ മലർത്തിക്കിടത്തിയിരിക്കുന്നു. കൈകാലുകൾ കൂട്ടിക്കെട്ടിരിയിരിക്കുകയാണ്. തല തൂങ്ങിക്കിടക്കുന്നു.

അപ്പുറം മൂന്ന് കസേരകളിൽ ഞെളിഞ്ഞിരിക്കുന്നു അച്യുതമേനോനും ആന്റണിയും കരുണാകരനും.

ഖദർധാരികളായ, സസ്യഭുക്കുക്കളായ, മദ്യം തൊട്ടു നോക്കാത്ത, പെണ്ണുകെട്ടിപ്പോയാൽ സേവനം കൈവിട്ട് പോകാവുന്ന നാലഞ്ച് പുണ്യവാളൻമാർ- ഇരുമ്പുലക്ക ഉരുട്ടുകയാണ്. താഴോട്ടും മേലോട്ടും - ഈച്ചരവാരിയരുടെ ഹൃദയത്തിന് മുകളിൽ.

ശുഭ്രമായ ഖദറിലേക്ക് തെറിച്ച് വീഴുന്ന ചൂടുചോര വെട്ടിത്തിളങ്ങുന്നു.

40

രാജന്റെ അമ്മയുടെ അസുഖങ്ങൾ വർദ്ധിച്ച് വന്നു. മാനസിക രോഗിയാണെങ്കിലും അവർ ആരോഗ്യവതിയായിരുന്നു. പക്ഷേ, മകന്റെ തിരോധാനം അവരുടെ ആരോഗ്യസ്ഥിതിയെ ആകെ ഉലച്ചു. അവസാനം രാജന്റെ അമ്മയെ ആശുപത്രിയിലാക്കി പ്രൊഫ. ഈച്ചരവാരിയർ. ചിലപ്പോഴെങ്കിലും ആ അമ്മ വിളിച്ച് കരയും:

'രാജനെവിടെ? അവനെന്താ വരാത്തത്?

ഇങ്ങനൊരു പടിത്തോം പരീക്ഷേം ഉണ്ടോ?

അവനോട് ഉടൻ വരാൻ പറ!'

അടുത്ത നിമിഷം ആ അമ്മ കോപം കൊള്ളും. 'രാജൻ, അവനെന്റെ മകനല്ല! എന്റെ മകനാണെങ്കിൽ ഞാൻ സുഖമില്ലാതെ കിടക്കുമ്പോൾ വരേണ്ടതല്ലേ?'

അപ്പോഴായിരിക്കും പ്രൊഫ. ഈച്ചരവാരിയർ അങ്ങോട്ട് കടന്ന് ചെല്ലുക. അപ്പോൾ ആ അമ്മ പറയുന്നത് ഇങ്ങനെയാവും. 'നടക്കുകയാണ്. മകനെ എവിടെയോ കൊണ്ടു ചെന്ന് കൊന്ന് കുഴിച്ചു മൂടിയിട്ട് നടക്കുകയാണ്'

അങ്ങനെ അവസാനമായിട്ട്, പ്രൊഫ. ഈച്ചരവാരിയർ വീണ്ടും ആഭ്യന്തരമന്ത്രി കരുണാകരന് എഴുതി:

'രാഷ്ട്രീയമായ പരിഗണനകൾക്കതീതമായി മനുഷ്യത്വപരമായ വീക്ഷണത്തോടെ ഈ പ്രശ്നത്തെ സമീപിക്കണമെന്നും പതിനൊന്ന് മാസത്തിലധികമായി ഏകാന്തകാരാഗൃഹത്തിൽകിടന്ന് നരകിക്കുന്ന ഞങ്ങളുടെ മകനെ മോചിപ്പിക്കുന്നില്ലെങ്കിൽ വേണ്ട, ചുരുങ്ങിയപക്ഷം ഒരു നോക്ക് കാണാനെങ്കിലുമുള്ള സൗകര്യം ഉണ്ടാക്കിത്തരണമെന്നും ഞാൻ അവസാനമായി ഒന്നുകൂടി താങ്കളോട് അപേക്ഷിക്കുന്നു.'

ആ കത്തിനും കാരുണ്യമൂർത്തിയായ, ഗുരുവായൂരപ്പദാസനായ കരുണാകരനവർകൾ ഒരു മറുപടിയും കൊടുത്തില്ല.

41

അതോടൊപ്പം തന്നെ പ്രൊഫ. ഈച്ചരവാരിയർ പ്രധാനമന്ത്രി ഇന്ദിരാഗാന്ധിക്കും എഴുതിയയച്ചു, ഒരു കത്ത് - ഹിന്ദിയിൽ തന്നെ.

'താങ്കൾ പ്രധാനമന്ത്രി മാത്രമല്ല, ഒരു അമ്മകൂടിയാണ്. താങ്കൾക്ക് മാതൃഹൃദയത്തിന്റെ വേദന മനസ്സിലാക്കുവാൻ സാധിക്കും. പോലീസിന്റെ പിടിയിൽ അകപ്പെട്ടുകിടക്കുന്ന തന്റെ ഏകമകനെ ഒരു നോക്കു കാണാനുള്ള ഈ ദുഃഖാർത്തയായ മാതാവിന്റെ അന്തിമാഭിലാഷം നിറവേറ്റി കൊടുക്കുവാൻ ദയവുണ്ടാകണമെന്ന് ഞാൻ വിനീതമായി അഭ്യർത്ഥിച്ചുകൊള്ളുന്നു.'

എന്നാൽ, സഞ്ജയന്റെ അമ്മക്ക് രാജന്റെ അമ്മയുടെ വേദന മനസ്സിലാക്കാൻ സാധിച്ചില്ല. സ്വന്തം പുത്രനെ ഇന്ത്യാമഹാരാജ്യത്തിന്റെ പ്രധാനമന്ത്രിയാക്കാനുള്ള തിരക്കിൽ. ഹെലികോപ്റ്ററിൽ പറക്കുന്ന ആ തള്ളക്കുണ്ടോ ഇത്തരം കരച്ചിലുകൾ കേൾക്കാൻ നേരം!

ഇതിനേക്കാളും എത്ര വലിയ വലിയ ത്യാഗങ്ങളാണ് സ്വന്തം കടുംബം ഇന്ത്യാക്കാരന് സ്വാതന്ത്ര്യം സമ്പാദിക്കാനായി സഹിച്ചിട്ടുള്ളത്? താനും തന്റെ അപ്പനും അപ്പൂപ്പനുമൊക്കെ പിറവിയെടുത്തില്ലായിരുന്നെങ്കിൽ....

42

വീണ്ടും മാർച്ച് ഒന്ന്, ഒരു വർഷം തികയുന്നു രാജനെ പോലീസ് പിടിച്ചുകൊണ്ടുപോയിട്ട്. കഴിഞ്ഞ മൂന്നൂറ്ററുപത്തിയഞ്ച് രാത്രികളിലും ഉറങ്ങാതെ, മുന്നൂറ്ററുപത്തിയഞ്ച് പകലുകളിലും ഒരു നിമിഷം പോലും സ്വസ്ഥമായിരിക്കാതെ പാഞ്ഞു നടന്ന് പാടുപെട്ടിട്ടും മകനെ ഒരു നോക്കുകാണാൻ കഴിഞ്ഞില്ലെന്ന ദുഃഖം, മകൻ എവിടെയാണെന്ന് പോലും മനസ്സിലാക്കാൻ കഴിഞ്ഞില്ലെന്ന നിരാശ - പ്രൊഫ. ഈച്ചരവാരിയരിൽ നിറഞ്ഞ് തുളുമ്പി.

ചുറ്റും ഉച്ചഭാഷിണികളുടെ ഗർജ്ജനങ്ങൾ ഇരമ്പിപ്പായുന്ന വാഹനങ്ങളിൽ നിന്നും വിളിച്ചു കൂവുന്നതു കേൾക്കാം.

'ഞങ്ങൾക്ക് പരിപാടിയുണ്ട്.

ഞങ്ങൾക്ക് ഊർജ്ജസ്വലരാണ്.

ഞങ്ങൾക്ക് മാത്രമേ ഭാരതത്തെ രക്ഷിക്കാനാവൂ.

നിങ്ങളുടെ വോട്ട് പശുവിനും കിടാവിനും.'

നോക്കുന്നിടത്തെല്ലാം നരകയറിയ തലയുടെയും മുഖത്തിന്റെയും മനോഹരരൂപം ഹൃദ്യമായി പുഞ്ചിരി തൂകിക്കൊണ്ട് വോട്ട് ചോദിക്കുന്നു.

ഇന്ദിരാഗാന്ധിക്ക് പിന്നിൽ 'പാറ പോലെ' ഉറച്ച് നിൽക്കുമെന്ന് പുണ്യവാളനായ ആന്റണിയുടെ പ്രഖ്യാപനങ്ങൾ.

ഹെലികോപ്റ്ററിൻ ഇരമ്പലുകൾ. ഇന്ദിരാഗാന്ധിയും അവർക്ക് ഇടത്തും വലത്തുമായി ആന്റണി കരുണാകരൻമാരും പാരച്യൂട്ടിലിറങ്ങി. 'അടിയന്തിര'ത്തിന്റെ ഒരു നൂറു നേട്ടങ്ങൾ വർണിക്കുന്ന ശബ്ദപ്രപഞ്ചം. അച്യുതമേനോനും എം എന്നും ബാലരാമനും രാമച്ചവിശറി പനിനീരിൽ മുക്കി ആഞ്ഞുവിശുന്നതിന്റെ സീൽക്കാരങ്ങൾ.

പ്രൊഫ. ഈച്ചരവാരിയർക്ക് ഒന്നുകൂടി ബോദ്ധ്യപ്പെട്ടു. തന്റെ നിലവിളി ആരും ഈ ശബ്ദകോലാഹലങ്ങൾക്കിടയിൽ കേൾക്കുന്നില്ലെന്ന്. അദ്ദേഹം തല കുനിച്ച് കണ്ണീർ വറ്റിയ കണ്ണുകളോടെ വീട്ടിലേക്ക് നടന്നു.

അപ്പോഴാണ് ഉച്ചഭാഷിണിയിലൂടെ സ്വന്തം കഥ ആരോ വർണ്ണി

ക്കുന്നത് കേട്ടത്. തിരിഞ്ഞു നിന്നു.

വിശ്വനാഥമേനോൻ എം. പി. കൊച്ചിയിൽ വളഞ്ഞമ്പലത്ത് ഒരു യോഗത്തിൽ പ്രസംഗിക്കുകയാണ്. രാജന്റെ തിരോധാനത്തെപ്പറ്റി; പ്രൊഫ. ഈച്ചരവാരിയരുടെ ദുഃഖകരമായ അനുഭവങ്ങളെപ്പറ്റി.

വിശ്വനാഥമേനോൻ പ്രസംഗത്തിനുശേഷം ഈച്ചരവാരിയരെ കണ്ടു; പരിചയപ്പെട്ടു. വിശ്വനാഥമേനോൻ പറഞ്ഞു: 'മാഷ്ടെ അനുഭവങ്ങൾ മാഷ് തന്നെ നാട്ടുകാരോട് പറയൂ'.

43

പ്രൊഫ. ഈച്ചരവാരിയർ സ്വന്തം നിവേദനം നാട്ടുകാരുടെ മുമ്പിൽ സമർപ്പിച്ചു. അദ്ദേഹം കേരളത്തിലെ വോട്ടർമാരോട് ഒരഭ്യർത്ഥന എഴുതി പ്രകാശിപ്പിച്ചു. കഴിയുന്നത്ര യോഗങ്ങളിൽ നേരിട്ട് ചെന്ന് സ്വന്തം ദുഃഖകഥ പ്രസംഗിച്ചു. എറണാകുളത്ത്, മാളയൽ, ചേർപ്പിൽ.

എല്ലായിടത്തും...

കേൾവിക്കാരാകെ അസ്വസ്ഥരായി.

അവർ പൊട്ടിക്കരഞ്ഞു.

കരളുരുകുന്ന കഥകേൾക്കുമ്പോൾ കരയാതിരിക്കാൻ,

ആ പാവങ്ങൾ

ഇന്ദിരാഗാന്ധിയും,

അച്യുതമേനോനും,

കരുണാകരനും,

ആന്റണിയും,

'ഒന്നു' മല്ലല്ലോ!?

44

മാളയിൽ ഈച്ചരവാരിയർ പ്രസംഗിച്ചുവെന്നറിഞ്ഞ കരുണാകരൻ അടുത്ത ദിവസം തന്നെ അവിടെ പ്രസംഗിച്ചു. 'അതെ, രാജനെ തടങ്കലിൽ വെച്ചിട്ടുണ്ട്. ചുമ്മാതല്ല അവനെ അറസ്റ്റ് ചെയ്തിട്ടുള്ളത്. അവൻ നിരോധിക്കപ്പെട്ട ഒരു രാഷ്ട്രീയകക്ഷിയിൽ അംഗമാണ്. മാത്ര മല്ല, ഒരു കൊലക്കേസിൽ പ്രതിയുമാണ്. കൊലക്കുറ്റവാളിയെ തടങ്ക ലിൽ വെക്കാതെ പിന്നെന്തു ചെയ്യണം? പൂമാലയിട്ട് സ്വീകരിക്കണോ?'

മാളയിൽ മാത്രമല്ല, കൽപ്പറ്റയിലും മറ്റു പല യോഗങ്ങളിലും കരു ണാകരൻ ഇതേവിധം പ്രസംഗിച്ചു.

പിറ്റേന്ന് തന്നെ കൽപ്പറ്റയിൽ പ്രസംഗിച്ച വിശ്വനാഥ മേനോനും മാളയിൽ പ്രസംഗിച്ച ജനാതാപാർട്ടിയിലെ കെ.വി.കെ പണിക്കരും കരുണാകരനോടു ചോദിച്ചു: അഥവാ രാജൻ, കൊലക്കേസിൽ പ്രതി യാണെങ്കിൽ ആ ചെറുപ്പക്കാരനെ നീതിന്യായകോടതിയിൽ ഹാജരാ ക്കണ്ടേ?

നിയമം അനുവദിക്കുന്ന കാരുണ്യം രാജന് നൽകേണ്ടേ?

തട്ടിൽ എസ്റ്റേറ്റ് മാനേജരുടെ കൊലക്കേസിൽ ഒന്നാം പ്രതിയായ കരുണാകരൻ അനുഭവിച്ച സ്വാതന്ത്ര്യമെങ്കിലും രാജന് നൽകിക്കൂടെ?

അതിനാരും മറുപടി പറഞ്ഞില്ല.....

അന്നും, അതിന് ശേഷവും...!

45

കാലം കടപുഴകി വീണു. പിടഞ്ഞു മരിക്കുന്ന പുഴുക്കളിൽ നിന്ന് കാളകൂടം വമിച്ചു. വൻവൃക്ഷങ്ങൾ വേരറ്റ് ചുഴലിക്കാറ്റിൽ പൊങ്ങിപ്പറന്നു.

അക്ഷരാഭ്യാസം പോലുമില്ലാത്ത പട്ടിണിപ്പേക്കോലങ്ങൾ നരസിംഹമൂർത്തിയായി മാറി, മേഘഗർജ്ജനം പോലുള്ള അലർച്ച കേട്ട് ലോകമാകെ തരിച്ചു നിന്നു. ഇന്ദിരായ നമഃ ജപിപ്പിച്ച അസുരറാണിയുടെ മാർവിടം നരസിംഹമൂർത്തി തല്ലിപ്പിളർക്കുന്നതും കുടൽമാല വാരിയണിയുന്നതും ഹർഷോന്മാദത്തോടെ ലോകം കണ്ടു.

മൂന്ന് പതിറ്റാണ്ട് കാലം ഇന്ത്യയെ ഭരിച്ച് മുടിച്ച് കൊഴുത്ത് തടിച്ച ഇന്ത്യൻ നാഷണൽ കോൺഗ്രസ്സിനെ ആറടി മണ്ണിൽ കുഴിച്ചുമൂടി. - നഗ്നപാദരായ, അർദ്ധനഗ്നരായ, അർദ്ധ പട്ടിണിക്കാരായ ഇന്ത്യക്കാർ. വിദ്യാഭ്യാസമില്ലാത്തവരായ, നിരന്തരം മർദ്ദനങ്ങൾക്കും ചൂഷണങ്ങൾക്കും വിധേയരായിരുന്ന സാധുക്കളായ ഇന്ത്യക്കാർ....

'സ്വതന്ത്ര' ഭാരതത്തിലെ നെഹ്റു കുടുംബത്തിന്റെ രാജവാഴ്ച അസ്തമിച്ചു. ഒരു പുതിയ പുലരിയുടെ ആദ്യ കിരണങ്ങൾ ഒഴുകിയെത്തി.

പുതിയ ഇന്ത്യൻ പ്രധാനമന്ത്രി മൊറാർജി ദേശായിക്ക് പ്രൊഫ. ഈച്ചരവാരിയർ ഹിന്ദിയിൽ ഒരു കത്തയച്ചു; കഴിഞ്ഞ പതിമൂന്ന് മാസമായി എന്റെ മകൻ രാജൻ പോലീസിന്റെ കസ്റ്റഡിയിലാണ്. അവൻ എവിടെയാണെന്നോ, എന്തു സംഭവിച്ചെന്നോ, നിശ്ചയമില്ല. അങ്ങ് ഇക്കാര്യത്തിൽ ഇടപെടണം.'

ഡൽഹിക്ക് കത്തയച്ചതിന്റെ അഞ്ചാം ദിവസം മോറാർജി ദേശായി ഒപ്പ് വെച്ച മറുപടിക്കത്ത് പ്രൊഫ. ഈച്ചരവാരിയർക്ക് ലഭിച്ചു. 'താങ്കളുടെ കത്ത് കിട്ടി. കാര്യങ്ങൾ അന്വേഷിക്കുന്നതിലേക്ക് ആഭ്യന്തര കാര്യാലയത്തെ ചുമതലപ്പെടുത്തിയിട്ടുണ്ട്.'

പ്രൊഫ. ഈച്ചരവാരിയർക്ക് ആശ്വാസം തോന്നി. കൂരിരുട്ടിൽ എവിടെയോ വെളിച്ചത്തിന്റെ ഒരു തരി കണ്ടെത്തിയതുപോലെ....

46

പക്ഷേ, കേരളത്തിലെ മൺതിരിനാളം കരിന്തിരി കത്തി. പോലീസുകാരന്റെ ലാത്തികൾ ഇവിടെ വോട്ടുകൾ പിടിച്ച കരുണാകരനും കൂട്ടർക്കും അച്യുതമേനോന്റെ 'ഉറച്ച സൽഭരണം' വോട്ടെണ്ണിയതിലും, ബാലറ്റുകൾ അച്ചടിച്ചതിലുമെല്ലാം ഉറപ്പും നന്മയും വിതരണം ചെയ്തു.

കുരുക്ഷേത്രത്തിൽ കൗരവർ ജയിച്ച് കയറി - കള്ളച്ചൂതിലൂടെ, കള്ളയുദ്ധത്തിലൂടെ. ധൃതരാഷ്ട്ടരെപ്പോലെ അന്ധനായി സിംഹാസനത്തിലമർന്നിരുന്ന 'അച്യുത' മേനോൻ തൃശൂർക്ക് വണ്ടികയറി. തുടർന്ന് ദുര്യോധനൻ ദൈവനാമത്തിൽ സത്യപ്രതിജ്ഞ ചെയ്ത് അധികാരമേറ്റു.

-സാക്ഷാൽ കരുണാകരമൂർത്തി!

ഹസ്തരേഖാ ശാസ്ത്രജ്ഞരുടെ, ജ്യോതിഷപരിഷകളുടെ പ്രത്യേകാനുമതിയോടെ, കൊടിവെച്ച കാറിൽ മുഖ്യമന്ത്രി ഗുരുവായൂരമ്പലത്തിലേക്ക് കുടുംബസമേതം പാഞ്ഞു. ഗുരുവായൂരപ്പൻ അദ്ദേഹത്തെ പൂർണ്ണകുംഭത്തോടെ എതിരേറ്റു.

കരുണാകരൻ വടക്കുംനാഥനേയും കൊടുങ്ങല്ലൂരമ്മയെയും ഏറ്റുമാനൂരപ്പനേയും പത്മനാഭസ്വാമിയേയും നേരിട്ട് ചെന്ന് ദർശനമരുളി. സത്യപ്രതിജ്ഞ ചെയ്തശേഷം ഉടുപ്പിടാൻ നേരം കിട്ടിയില്ല, ആ ദൈവവിശ്വാസിക്ക്.

47

പ്രൊഫ. ഈരച്ചരവാരിയർ കേരള ഹൈക്കോടതിയിൽ ഒരു ഹേബിയസ് കോർപ്പസ് ഹർജി കൊടുത്തു.

'പതിമൂന്ന് മാസം മുമ്പ് കോഴിക്കോട് റീജ്യണൽ എഞ്ചിനീയറിംഗ് കോളേജ് ഹോസ്റ്റലിൽ നിന്നും എന്റെ മകൻ പി. രാജനെ പോലീസ് അറസ്റ്റ് ചെയ്തു കൊണ്ടു പോയതായി കോളേജ് പ്രിൻസിപ്പൽ എന്നെ അറിയിച്ചു. പിന്നീട് ഇതുവരെ രാജനെപ്പറ്റി യാതൊരു വിവരവുമില്ല. രാജനെ കോടതിയിൽ ഹാജരാക്കുവാൻ ഉത്തരവുണ്ടാകണം.'

കേരള സർക്കാരിന്റെ ആഭ്യന്തരകാര്യ സെക്രട്ടറി ശ്രീ നാരായണ സ്വാമി, കേരള പോലീസിന്റെ ഇൻസ്പെക്ടർ ജനറൽ വി.എൻ. രാജൻ, ക്രൈംബ്രാഞ്ച് ഡി.ഐ.ജി ജയറാം പടിക്കൽ എന്നിവരെയാണ് പ്രൊഫ. ഈച്ചരവാരിയർ പ്രതിചേർത്തത്.

ജസ്റ്റിസ് സുബ്രഹ്മണ്യൻ പോറ്റിയുടെയും ജസ്റ്റിസ് ഖാലിദിന്റേയും ഡിവിഷൻ ബഞ്ചിൽ ഹർജി എത്തി.

പ്രൊഫ. ഈച്ചരവാരിയർക്ക് വേണ്ടി അഡ്വ. ഈശ്വരയ്യരും അഡ്വ. കെ രാംകുമാറും ഹാജരായി.

ഈശ്വരയ്യർ പറഞ്ഞു. 'അടിയന്തിരാവസ്ഥ അറബിക്കടലിൽ വലി ച്ചെറിയപ്പെട്ടതിനു ശേഷം ഇന്ത്യയിലെ ഏതെങ്കിലും കോടതിയിൽ വരുന്ന ആദ്യത്തെ ഹേബിയസ് കോർപ്പസ് പെറ്റീഷനാണ് എന്റേത്. ഇക്കഴിഞ്ഞ ഇരുപത് മാസക്കാലമായി എന്റെ വായ് മൂടിക്കെട്ടിയിരി ക്കുകയായിരുന്നു ഭരണാധികാരികൾ.'

അഡ്വക്കേറ്റ് ജനറൽ അബ്ദുൾ ഖാദർ സർക്കാരിന് വേണ്ടി നോട്ട് കുറിച്ചുകൊണ്ടു പോയി.

കേരളാ നിയമസഭ, രണ്ടംഗമന്ത്രിസഭ അവതരിപ്പിച്ച ബജറ്റിനെക്കു റിച്ചുള്ള ചർച്ചകൾ.

മാർക്സിസ്റ്റംഗമായ പിണറായി വിജയൻ, പോലീസിൽ നിന്നും തനിക്കേറ്റ മർദ്ദനങ്ങൾ വിവരിച്ചുകേൾപ്പിച്ചു.

ജനതാപാർട്ടിയംഗമായ ശങ്കരൻകുട്ടിയും തനിക്കു സഹിക്കേണ്ടിവന്ന

മർദ്ദനമുറകൾ വിവരിച്ചു. 'എഞ്ചിനീയറിംഗ് കോളേജിൽ നിന്നും അറസ്റ്റു ചെയ്തു കൊണ്ടുപോയ പി. രാജനെപ്പറ്റി യാതൊരു വിവരവുമില്ല. രാജൻ എവിടെ? കരുണാകരൻ മറുപടി പറയണം.' ശങ്കരൻകുട്ടി ആവശ്യപ്പെട്ടു.

വർഗീസിനെ, കണ്ണുകൾ ഓരോന്നോരോന്നായി തോക്കിന്റെ ബയണറ്റുകൊണ്ട് തുരന്നെടുത്തശേഷം, തിളച്ച വെള്ളത്തിൽ പുഴുങ്ങിക്കൊന്നിട്ട്, കെട്ടിനിറുത്തി വെടിവെച്ച പോലീസിന്റെ മന്ത്രിയായിരുന്ന സി.എച്ച് മുഹമ്മദ്കോയയും എണ്ണമറ്റ രാജന്മാരെ വായനിറയെ അഴുക്കുതുണി കുത്തിത്തിരുകി ശ്വാസം മുട്ടിച്ച്, തുടയിലും നെഞ്ചത്തും ഇരുമ്പുറോളുരുട്ടി, വെള്ളം കൊടുക്കാതെ, കൊന്നു കുഴിച്ചു മൂടിയ പോലീസിന്റെ മന്ത്രിയായിരുന്ന കരുണാകരനും ദേവനാമത്തിൽ പൊട്ടിച്ചിരിച്ചു.

നൂറിലേറെ വരുന്ന കൗരവർ ഡസ്കിലടിച്ച് ചിരിച്ചു.

അവസാനം കരുണാകരൻ എണീറ്റ് മഹാത്മാഗാന്ധിയുടെ ചിത്രത്തിനു താഴെ ഞെളിഞ്ഞുനിന്നുകൊണ്ടൊരു പ്രസ്താവന: 'പ്രൊഫ. ഈച്ചരവാരിയരുടെ മകൻ രാജനെ പോലീസ് അറസ്റ്റ് ചെയ്യുകയോ കസ്റ്റഡിയിൽ എടുക്കുകയോ ചെയ്തിട്ടില്ല. എഞ്ചിനീയറിംഗ് കോളേജ് വിദ്യാർത്ഥികളിൽ ചിലർ തീവ്രവിപ്ലവ രാഷ്ട്രീയത്തിൽ പങ്കെടുത്തതറിഞ്ഞ് പോലീസ് ചിലരെ ചോദ്യം ചെയ്തിട്ടുണ്ട്. അപ്പോൾ പലരും ഒളിവിൽ പോകുകയുണ്ടായി.

പ്രൊഫ. ഈച്ചരവാരിയർ എന്റെ ഒരു പഴയ സഹപ്രവർത്തകനും ആത്മാർഥസുഹൃത്തുമാണ്. അദ്ദേഹത്തിന്റെ മകനെ കാണാനില്ലാത്തതിൽ എനിക്ക് അതിയായ ദുഃഖമുണ്ട്. പോലീസ് അന്വേഷിക്കാം'.

49

മുഖ്യമന്ത്രി കരുണാകരന്റെ 'അസംബ്ളിയിലെ പ്രസ്താവന' പത്രങ്ങളിലെല്ലാം വന്നു. മാളയിലും കൽപറ്റയിലും ഒരാഴ്ചമുമ്പ് ഇതേ കരുണാകരന്റെ പ്രസംഗം കേട്ടവർ അപ്പോൾ അന്തംവിട്ടു.

കോഴിക്കൊട് റീജ്യണൽ എഞ്ചിനീയറിംഗ് കോളേജ് വിദ്യാർത്ഥികൾ കരുണാകരന്റെ പ്രസ്താവന പത്രങ്ങളിൽ വന്നപ്പോൾ ക്ലാസ്സുകൾ ഒന്നടങ്കം ബഹിഷ്കരിച്ചു. അവർ വിളിച്ചുകൂവി.

'ഞങ്ങളുടെ രാജൻ എവിടെ?

ഞങ്ങൾക്ക് ഞങ്ങളുടെ രാജനെ തിരിച്ചുതരൂ..'

എഞ്ചിനീയറിംഗ് കോളേജ് വിദ്യാർത്ഥികൾ ഒന്നടങ്കം യോഗം ചേർന്ന് ഏകകണ്ഠമായി അംഗീകരിച്ച പ്രമേയത്തിൽ ഇങ്ങനെ എഴുതി:

'വിദ്യാർഥികളുടെ ഇടയിൽ നിന്നും പോലീസ് പിടിച്ചുകൊണ്ടുപോയ രാജനെ അറസ്റ്റ് ചെയ്യുകയോ, കസ്റ്റഡിയിലെടുക്കുകയോ ചെയ്തിട്ടില്ലെന്ന മുഖ്യമന്ത്രി കരുണാകരൻ അസംബ്ളിയിൽ ചെയ്ത പ്രസ്താവന ഞങ്ങൾ ഉത്കണ്ഠാപൂർവ്വം വീക്ഷിക്കുന്നു. രാജനെ ഉടനടി തടങ്കലിൽനിന്നും മോചിപ്പിക്കണമെന്നും, രാജന്റെ അറസ്റ്റിനെപ്പറ്റി പരസ്യാന്വേഷണം നടത്തണമെന്നും ഞങ്ങൾ ആവശ്യപ്പെടുന്നു.'

50

രാജനെ അറസ്റ്റ് ചെയ്യുമ്പോൾ ആഭ്യന്തരമന്ത്രിയായിരുന്ന കെ. കരുണാകരനേയും, അന്ന് കോഴിക്കോട് പൊലീസ് സൂപ്രണ്ടായിരുന്ന ലക്ഷ്മണയേയും കൂടി പ്രതിഭാഗം ചേർക്കണമെന്ന് പ്രൊഫ. ഈച്ചരവാരിയർ ഹൈക്കോടതിയോട് അപേക്ഷിച്ചു. മാത്രമല്ല, റീജ്യണൽ എഞ്ചിനീയറിംഗ് കോളേജ് പ്രിൻസിപ്പൽ ബഹാവുദ്ദീനെ സാക്ഷിയായി വിസ്തരിക്കണമെന്നും ആവശ്യപ്പെട്ടു.

കേടതി അവ അനുവദിച്ചുകൊണ്ട് ഉത്തരവായി.

അഡീഷണൽ അഡ്വക്കേറ്റ് ജനറൽ ടി.സി.എൻ മേനോൻ അഞ്ചു പ്രതികൾക്കു വേണ്ടി കോടതിയിലെത്തി. അബ്ദുൾ ഖാദർ എന്തുകൊണ്ടോപിൻവാങ്ങി.

ജസ്റ്റിസ് ഖാലിദും ജസ്റ്റിസ് സുബ്രഹ്മണ്യൻ പോറ്റിയും ചേർന്ന ഡിവിഷൻബെഞ്ച് രാജൻ കേസ് കേട്ടുതുടങ്ങി.

51

പ്രൊഫ. ഈശ്വരവാരിയർ നൂറുനൂറുകഥകൾ കേൾക്കുകയുണ്ടായി....

'രാജൻ കണ്ണൂർ ജയിലിലുണ്ട്

രാജനെ തിരുവനന്തപുരത്ത് മെഡിക്കൽ കോളേജ് ആശുപത്രിയിൽ പ്രവേശിപ്പിച്ചിട്ടുണ്ട്,

രാജൻ കക്കയം കാമ്പിൽ വെച്ച് കൊല്ലപ്പെട്ടു,

രാജന് അംഗവൈകല്യം സംഭവിച്ചിട്ടുണ്ട്,

രാജനെ പേരാമ്പ്ര മജിസ്ട്രേറ്റ് കോടതിയിൽ മാസം തോറും ഹാജരാക്കാറുണ്ട്...

അങ്ങനെ ഒട്ടേറെ കഥകൾ.

എല്ലാം അദ്ദേഹം വിശ്വസിച്ചു; ഒക്കെ അവിശ്വസിക്കുകയും ചെയ്തു. എങ്കിലും ഉള്ളിന്റെയുള്ളിൽ ദൃഢമായി വിശ്വസിച്ചു. രാജൻ ജീവിക്കുന്നു.

അപായമൊന്നും സംഭവിച്ചിട്ടില്ല!

പക്ഷേ, ഇപ്പോൾ ഇയാൾ എന്തേ ഇങ്ങനെ നിയമസഭയിൽ പറയാൻ? രാജൻ അവരുടെ കയ്യിലില്ലേ? ചാടിപ്പോയെങ്കിൽ അങ്ങനെ പറഞ്ഞാൽ പോരേ?

ആദ്യമായി പ്രൊഫസർ വാരിയർക്ക് ഭയം തോന്നി- മകൻ ജീവനോടെ ഇല്ലെന്ന് വിശ്വസിക്കാനുള്ള ഭയം.

എന്നാൽ പിന്നെന്തുകൊണ്ട് കരുണാകരൻ തന്നോട് അങ്ങനെ പറഞ്ഞു? ആന്റണി, ഒരു മാസം മുൻപ് മാത്രമാണ് 'ഒന്നും സംഭവിച്ചിട്ടില്ലെന്ന്' ഉറപ്പുനൽകിയത്. ദിവ്യദൃഷ്ടി കൊണ്ടറിഞ്ഞു പറഞ്ഞതാകുമോ അദ്ദേഹം?

സി.ബി.ഐ ഓഫീസർ പറഞ്ഞത് 'പോലീസ് ചാരനാ'യി പ്രവർത്തിക്കാൻ വിട്ടാൽ രാജനുമായി ഒരു കൂടിക്കാഴ്ച തരമാക്കാം എന്നായിരുന്നു.

ആകെ കുഴഞ്ഞു മറിഞ്ഞ ബുദ്ധിയോടെ, തീരാവ്യഥയോടെ, ജീവച്ഛവമായിരിക്കുമ്പോൾ പ്രൊഫ. ഈച്ചരവാരിയർക്ക് ഒരു ഊമക്കത്തു വന്നു - കോഴിക്കോട് പോസ്റ്റോഫീസിൽ നിക്ഷേപിക്കപ്പെട്ട കത്ത്. അതിൽ ഇത്രമാത്രം. 'സർ, അങ്ങയുടെ മകൻ രാജൻ 1976 മാർച്ച് രണ്ടാം തീയതി കക്കയം പോലീസ് ക്യാമ്പിൽ വച്ച് പോലീസിന്റെ ക്രൂര മർദ്ദനത്താൽ കൊല്ലപ്പെട്ടു. രാജന്റെ മൃതദേഹം എന്തുചെയ്തുവെന്നും എനിക്കറിയാം. ഇക്കാര്യം എനിക്കു നേരിട്ടറിയാം. ഒരു പരസ്യാന്വേഷണം വന്നാൽ ഇക്കാര്യം ഞാൻ തുറന്നു പറയും'

'സൗഹൃദ നിലയ'ത്തിന് മുന്നിലൂടെ കിടക്കുന്ന റെയിൽപാളയങ്ങളിൽ കണ്ണും നട്ട് പ്രൊഫ. ഈച്ചരവാരിയർ ഇരുന്നു. ഒരേ അകലത്തിൽ, ഒരേ നിരപ്പിൽ, അനന്തതയോളം നീണ്ടു നീണ്ടുപോകുന്ന റെയിൽപ്പാളങ്ങൾ - ഇവ ഒരിക്കലും കൂട്ടിമുട്ടാറില്ലേ?

52

കേരള ഹൈക്കോടതിയിലെ ഏഴാം നമ്പർ കോടതിമുറി. കറുത്ത ഗൗൺധാരികളായ മുഴുവൻ അഭിഭാഷകരും ആ മുറിയിലുണ്ട്. കാക്കി ധരിച്ചവരും മഫ്ടിയിലുള്ളവരുമായ നൂറു കണക്കിന് പോലീസുദ്യോഗസ്ഥർ - പരീക്ഷപോലും ഉപേക്ഷിച്ചെത്തിയിരിക്കുന്ന വിദ്യാർത്ഥികളും അധ്യാപകരും സർവ്വോപരി ഉത്കണ്ഠപൂർവ്വം ഓടിയെത്തിയിട്ടുള്ള ഭീതരായ മാതാക്കളും പിതാക്കളും.

കോടതി നിറഞ്ഞു തുളുമ്പി.

വരാന്തയിൽ, ജനലുകളിൽ, വെന്റിലേറ്ററുകളിൽ പോലും വാദം കേൾക്കാനെത്തിയവർ.

ഒരു കത്തോലിക്ക പുരോഹിതൽ പണ്ട് കൊലക്കേസിൽ* പ്രതിയായി ഈ കോടതിയിൽ വന്ന കാലത്ത് പോലും ഇത്രയുമാളുകൾ വാദം കേൾക്കാനെത്തിയിരുന്നില്ല.

നിയന്ത്രണാതീതമായ ജനപ്രവാഹം.

കോടതി മുറിക്കുള്ളിലേക്ക് തിക്കിക്കേറാൻ ശ്രമിച്ച കൈലിയുടുത്ത ഒരു സാധു കിഴവനെ, വേഷമിട്ട ഒരു സബ് ഇൻസ്പെക്ടർ കടന്നു പിടിച്ച് അകത്തേക്കു പോകുന്നത് തടഞ്ഞു.

അത് കണ്ടുകൊണ്ടു വന്ന ഹൈക്കോടതിയിലെ സെക്യൂരിറ്റി ഓഫീസർ - സൂപ്രണ്ടിന്റെ റാങ്കിലുള്ള പോലീസുദ്യോഗസ്ഥൻ - ഇൻസ്പെക്ടറോട് ഗൗവത്തോടെ പറഞ്ഞു. 'വേണ്ട! വേണ്ട! ഇതിനകത്ത് നിങ്ങളുടെ ഭരണമൊന്നും വേണ്ട!'

കൈലിയുടുത്ത വൃദ്ധൻ വിജയപൂർവ്വം കോടതി മുറിക്കുള്ളിലേക്ക് കടന്നുപോയി. പോലീസ് ഇൻസ്പെക്ടർ കാറ്റുകൊള്ളാനായി കോടതി മുറ്റത്തേക്കും.

**1966 ൽ ഫാദർ ബനഡിക്ട് പ്രതിയായ മറിയക്കുട്ടി കൊലക്കേസ് - ഹൈക്കോടതി പ്രതിയെ ശിക്ഷിക്കുകയും, സുപ്രീംകോടതിയിൽ അപ്പീൽപോയ പ്രതിയെ 'സാങ്കേതിക കാരണങ്ങളാൽ വെറുതെ വിടുക'യും ചെയ്തു.*

53

അഞ്ചു പ്രതികൾക്കും വേണ്ടി എതിർസത്യവാങ്മൂലങ്ങൾ അഡീഷണൽ അഡ്വക്കേറ്റ് ജനറൽ ടി.സി.എൻ മേനോൻ കോടതിയിൽ സമർപ്പിച്ചു.

നേരിട്ട് കിട്ടിയതും കേന്ദ്രസർക്കാരയച്ചു കൊടുത്തതും വിശ്വനാഥമേനോന്റെ കത്തോടുകൂടി അയച്ചതുമായ എല്ലാ നിവേദനങ്ങളും ലഭിച്ചിട്ടുണ്ടെന്നും അതെല്ലാം ഐ.ജിക്ക് അയച്ചുവെന്നും ആഭ്യന്തരസെക്രട്ടറി നാരായണസ്വാമി സത്യവാങ് മൂലത്തിൽ പറഞ്ഞു. ഐ.ജിയുടെ റിപ്പോർട്ട് കിട്ടിയതനുസരിച്ച് 1977 ജനുവരിയിൽ കേന്ദ്രസർക്കാരിനു മറുപടിയും നൽകി. പക്ഷേ, ഈച്ചരവാരിയർക്ക് മറുപടി നൽകിയില്ല എന്ന കാര്യം ആഭ്യന്തരസെക്രട്ടറി നിഷേധിച്ചില്ല. ഐ.ജി രാജൻ, സത്യവാങ്മൂലത്തിൽ രാജന്റെ അറസ്റ്റും പോലീസ് കസ്റ്റഡിയും നിഷേധിച്ചു: സംസ്ഥാനത്തെ ഒരു പോലീസുദ്യോഗസ്ഥനും രാജനെ അറസ്റ്റു ചെയ്തിട്ടില്ല.

നാലാം പ്രതി, മുഖ്യമന്ത്രിയാകുന്ന മുൻ പോലീസ് മന്ത്രി കരുണാകരൻ സ്വന്തം സത്യവാങ്മൂലത്തിലൂടെ 1976 മാർച്ച് പത്താം തീയതി താൻ ഈച്ചരവാരിയരോട് രാജനെ കോളേജിൽ നിന്നും അറസ്റ്റു ചെയ്തിട്ടുണ്ടെന്നും കഴിയുന്ന സഹായം ഇക്കാര്യത്തിൽ ചെയ്തുകൊടുക്കാമെന്നും പറഞ്ഞിട്ടുണ്ടെന്നുമുള്ളത് നിഷേധിച്ചു. രാജൻ പോലീസ് കസ്റ്റഡിയിലുണ്ടെന്ന് എപ്പോഴെങ്കിലും താൻ ഈച്ചരവാരിയരോട്പറഞ്ഞിട്ടില്ല.എപ്പോഴെങ്കിലും, രാജൻപോലീസ് കസ്റ്റഡിയിലുണ്ടായിരുന്നതായും അറിയില്ല. വിശ്വനാഥമേനോന് കത്തെഴുതിയിട്ടുണ്ട്. രാജനെ പോലീസ്കസ്റ്റഡിയിൽ നിന്നും മോചിപ്പിക്കുന്ന കാര്യം പരിശോധിക്കാമെന്നല്ല കത്തിൽ പറഞ്ഞിട്ടുള്ളത്. രാജനെ കൊലക്കേസിൽ പ്രതിയായിട്ടാണ് പിടിച്ചിട്ടുള്ളതെന്നും അതുകൊണ്ടാണ് പോലീസ് കസ്റ്റഡിയിൽ സൂക്ഷിക്കുന്നതെന്നും പൊതുയോഗങ്ങളിൽ പ്രസംഗിച്ചിട്ടില്ല.

കോഴിക്കോട് ജില്ലാ പോലീസ് സൂപ്രണ്ട് ലക്ഷ്മണ സത്യവാങ്മൂലത്തിൽ രാജനെ അറസ്റ്റ് ചെയ്ത വസ്തുത നിഷേധിച്ചു: 'രാജൻ ഏതെങ്കിലും കേസിൽ ആവശ്യമുള്ള പുള്ളിയായിരുന്നില്ല. ഏതെങ്കിലും പോലീസ് കസ്റ്റഡിയിൽ രാജൻ ഇല്ല.'

54

ഹൈക്കോടതി വളപ്പിലെ ചൂളമരങ്ങൾ, കൊച്ചിക്കായലിൽ നിന്നും അടിച്ചെത്തുന്ന ഇളംകാറ്റിൽ ഓടക്കുഴൽ നാദമുയർത്തിക്കൊണ്ടിരുന്നു. പൊള്ളുന്ന വെയിലിൽ, കോടതിമുറ്റത്ത് വട്ടമിട്ടുനിൽക്കുന്ന ജിജ്ഞാസുക്കളുടെ വിയർപ്പുതുള്ളികൾ ഒപ്പിയെടുത്തുകൊണ്ട് കാറ്റടിച്ചു പോയി. കിഴക്കോട്ട്....

കോടതി മുറിയിൽ ജസ്റ്റിസ് പോറ്റിയുടെയും ജസ്റ്റിസ് ഖാലിദിന്റെയും തലയ്ക്കുമുകളിൽ വൈദ്യുതപങ്കകൾ കറങ്ങിനിന്നു.

55

അടുത്ത ദിവസം പ്രൊഫ. ഈച്ചരവാരിയർ മറുപടി സത്യവാങ്മൂലം കോടതിയിൽ സമർപ്പിച്ചു. അതിന്റെ കൂടെ പന്ത്രണ്ടാളുകളുടെ സത്യവാങ്മൂലങ്ങൾക്കൂടി. രാജനെ അറസ്റ്റു ചെയ്ത് പോലീസ് വാനിൽ കയറ്റിക്കൊണ്ടുപോകുന്നതായി കണ്ടവർ അക്കാര്യം കോടതിയിൽ വെളിപ്പെടുത്താനായി മുന്നോട്ടുവന്നു. എഞ്ചിനീയറിംഗ് കോളേജ് വിദ്യാർത്ഥികളായ തോമസ് ജോർജ്ജ്, ജേക്കബ് ജോൺ, ബാലകൃഷ്ണൻ എന്നിവരും കോളേജ് ഹോസ്റ്റലിലെ വാച്ചുമാൻ നാരായണൻ നായരും, തൂപ്പുകാരായ ചന്ദ്രൻ, ബാലസുബ്രഹ്മണ്യൻ എന്നിവരും മെസ്ബോയി കോരുവും കുക്ക് കരുണാകരനും രാജനെ ക്രൈംബ്രാഞ്ച് ഇൻസ്പെക്ടർ ശ്രീധരനും സംഘവും വാനിലെടുത്തിട്ട് കൊണ്ടു പോകുന്നത് കണ്ടവരാണ്. പോലീസ് വാൻ കള്ളുഷാപ്പിന് മുൻപിൽ നിർത്തിയിട്ടിരിക്കുന്നതിനും രാജൻ വണ്ടിക്കുള്ളിലിരിക്കുന്നതിനും സാക്ഷിയാണ് ചാത്തമംഗലത്തെ സുരേന്ദ്രൻ.

കക്കയം ക്യാമ്പിൽ വെച്ച് പുലിക്കോടൻ നാരായണൻ എന്ന ഇൻസ്പെക്ടറുടെ നേതൃത്വത്തിൽ രാജനെ ഒരു ബഞ്ചിൽ മലർത്തിക്കിടത്തി മർദ്ദിക്കുന്നതിനും അബോധാവസ്ഥയിൽ രാജനെ അവിടെ നിന്നും എടുത്തുകൊണ്ടു പോകുന്നതിനും ദൃക്സാക്ഷിയാണ് ചാത്തമംഗലത്ത് ടൈപ്പ്റൈറ്റിംഗ് ഇൻസ്റ്റിറ്റ്യൂട്ട് നടത്തുന്ന രാജൻ. ഇന്ത്യൻ കമ്മ്യൂണിസ്റ്റ് പാർട്ടി പ്രവർത്തകനായിരുന്നു ഈ രാജൻ. അയാളെ പോലീസ് പിടിച്ചുകൊണ്ടുപോയപ്പോൾ വീട്ടുകാർ പാർട്ടി ആപ്പീസിൽ ഓടിച്ചെന്നു. പാർട്ടി നേതാവ് പറഞ്ഞു.'ഓൻ മൂന്നുമാസം മുൻപേ പാർട്ടീന്ന് പോയല്ലോ!'

കരുണാകരന്റെ മാളയിലെ പ്രസംഗം നേരിൽ കേട്ട പരമേശ്വരനും രാജനുമായിരുന്നു മറ്റ് രണ്ട് സാക്ഷികൾ.

എല്ലാവരേയും പിറ്റേന്ന് വിചാരണ ചെയ്യാമെന്ന തീരുമാനത്തോടെ കോടതി പിരിഞ്ഞു.

56

എ.കെ. ആന്റണിയുടെ പത്രമായ 'വീക്ഷണം' ഉൾപ്പെടെ എല്ലാ മലയാളപത്രങ്ങളിലും ഒന്നാം പേജിൽ ഒന്നാംവാർത്തയായി 'രാജൻ' പ്രത്യക്ഷനായി. മലയാള മനോരമപത്രം പതിവുപോലെ 'സചിത്രപംക്തി'തന്നെ തുറന്നുവച്ചു. പത്രങ്ങളിൽ നിയമകാര്യലേഖകർ കടന്നുവന്നു:

എന്താണ് ഹേബിയസ്സ് കോർപ്പസ്?

ഇതിനു തെളിവെടുപ്പ് പറഞ്ഞിട്ടുണ്ടോ?

വിധിയിന്മേൽ അപ്പീൽ സാധിക്കുമോ?

വിധി ഏതുതരത്തിലൊക്കെയാവാം?

നാൽക്കവലകളിൽ നിന്ന് ചില 'ഇരുകാലിമൃഗങ്ങൾ' അന്യോന്യം പറഞ്ഞു:

'ആ വാരിയർ മകനെ എങ്ങാണ്ടു കൊണ്ടൊളിപ്പിച്ചു വച്ചിട്ട് കേസുമായി വന്നിരിക്കുന്നു!

ഇതുകൊണ്ടൊക്കെ നമ്മുടെ സർക്കാർ വീഴാൻ പോകുന്നോ? ഇന്ത്യക്ക് മാതൃകയായ സർക്കാർ!!

അച്യുതമേനോന്റെ 'സൽഭരണ' ത്തിന്റെ തുടർച്ചയായ ഈ സർക്കാർ!!!'

57

കോഴിക്കോട് നഗരത്തിൽ സന്ധ്യയ്ക്ക് ഒരു ജാഥ നിശ്ശബ്ദമായി കടന്നുപോയി. കോഴിക്കോട് റീജ്യണൽ എഞ്ചിനീയറിംഗ് കോളേജ് വിദ്യാർത്ഥികൾ - ഇന്ത്യയുടെ എല്ലാ സംസ്ഥാനത്തുനിന്നും എത്തിയിട്ടുള്ള സമർത്ഥരായ വിദ്യാർത്ഥികൾ - വിവിധ ഭാഷകളിൽ എഴുതിയ പ്ലക്കാർഡുകൾ ഉയർത്തിപ്പിടിച്ചു:

എവിടെ ഞങ്ങളുടെ രാജൻ?

ഞങ്ങളുടെ രാജനെ തിരിച്ചു തരിക!

നിയമസഭയിൽ നുണപറഞ്ഞ മുഖ്യമന്ത്രി അധികാരമൊഴിയുക!

രാജൻ എവിടെ?

രാജന്റെ രക്തത്തിന് പകരം ചോദിക്കും!

ഓരോ തുള്ളി ചോരക്കും പകരം ഞങ്ങൾ ചോദിക്കും!

കോഴിക്കോട് മെഡിക്കൽകോളേജിലെ, കോഴിക്കോട് ലോ കോളേജിലെ, ഗവൺമെന്റ് പൊളിടെക്നിക്കിലെ വിദ്യാർത്ഥികൾ ആ ജാഥയിൽ പങ്കുകൊണ്ടു.

തുടർന്ന്, സംസ്ഥാനത്തെ വിവിധഭാഗങ്ങളിൽ യുവാക്കൾ പന്തംകൊളുത്തിപ്രകടനം നടത്തി.

പുതിയ വെളിച്ചം കണ്ട് അമ്പരന്നുനിന്ന അച്ഛന്മാരുടെയും അമ്മമാരുടെയും കണ്ണുനീരിൽ അതിന്റെ തിളക്കം പ്രതിഫലിച്ചു.

58

കവിഞ്ഞൊഴുകുന്ന കോടതി മുറിക്കുള്ളിലേക്ക് ആ യുവാവ് തിക്കിക്കയറി. ശക്തിയോടെ കടന്നുവരുന്ന യുവാവിനെ സെക്യൂരിറ്റി ഓഫീസർ തടഞ്ഞു:

'അങ്ങോട്ട് പോകാൻ സാധ്യമല്ല!'

'എന്തുകൊണ്ട് സാധ്യമല്ല?' യുവാവ് തിരിഞ്ഞു നിന്നു.

'കോടതിമുറിയിൽ തിരക്കാണ്'

'ഞാനൊരാൾ മാറിനിന്നാൽ തിരക്കുകുറയുമോ?'

യുവാവ് വീണ്ടും അകത്തേക്ക് തള്ളിക്കയറാൻ ശ്രമിച്ചു.

സെക്യൂരിറ്റി ഓഫീസർ വീണ്ടും തടഞ്ഞു. ചെറുപ്പക്കാരൻ തിരിച്ചു പറഞ്ഞു: സാർ ഇത് നിങ്ങളുടെ സ്വകാര്യ സ്ഥാപനമല്ല. കോടതിയാണ്. പൊതുസ്ഥാപനം.'

'അതേ ഞാനിവിടത്തെ സെക്യൂരിറ്റി ഓഫീസറാണ്. പക്ഷേ'

'അതെനിക്ക് വേഷം കണ്ടപ്പോൾ മനസ്സിലായി'

സെക്യൂരിറ്റി ഓഫീസർ ഗൗരവം പൂണ്ടു 'നീയാരാണ്?'

'ഞാൻ കോഴിക്കോട് റീജ്യണൽ എഞ്ചിനീയറിംഗ് കോളേജിലെ വിദ്യാർത്ഥിയാണ്'; യുവാവ് പറഞ്ഞു.

സെക്യൂരിറ്റി ഓഫീസർ ഒരു നിമിഷം നോക്കിനിന്നു. എന്നിട്ട് പുഞ്ചിരിയോടെ അനുമതി നൽകി;

'സൗകര്യം പോലെ അകത്തേക്ക് കയറിനിന്നോളൂ.'

59

ഇന്ത്യൻ കമ്മ്യൂണിസ്റ്റ് പാർട്ടിയുടെ സെക്രട്ടറി ബലരാമനും കേരളാ റെവല്യൂഷണറി സോഷ്യലിസ്റ്റ് പാർട്ടിയുടെ തലതൊട്ടപ്പൻ സാക്ഷാൽ ശ്രീകണ്ഠൻ നായരും കേരളാ കോൺഗ്രസിന്റെ രക്ഷാധികാരിയായ കെ.എം. മാണിയുമെല്ലാം കരുണാകരന്റെ 'മൻമോഹൻ കൊട്ടാര' ത്തിന്റെ മുറ്റത്ത് തൈമാവുകൾക്ക് ചുവട്ടിൽ കുത്തിയിരുന്നു. തങ്ങൾക്കു കിട്ടേണ്ട മന്ത്രിസഭാ സ്ഥാനങ്ങൾക്കുവേണ്ടി കണക്കു പറഞ്ഞു നേരം കഴിച്ചു.

മുഖ്യമന്ത്രി കരുണാകരന്റെ കൂട്ടുമന്ത്രി, ടെലിഫോണിലൂടെ കോഴിക്കോട് റീജ്യണൽ എഞ്ചിനീയറിംഗ് കോളേജ് പ്രിൻസിപ്പൽ ബഹാവുദ്ദീനുമായി സംസാരിച്ചു. അതും പോരെന്നു തോന്നിയിട്ട് മന്ത്രിസഭാചർച്ചകളുടെ ബഹളങ്ങൾക്കിടയിൽ സർക്കാർചെലവിൽ കോഴിക്കോട്ടേക്ക് പാഞ്ഞു. അദ്ദേഹം പ്രിൻസിപ്പൽ ബഹാവുദ്ദീനുമായി നേരിട്ട് സംസാരിച്ചു.

പക്ഷേ,

പിറ്റേന്ന് പ്രിൻസിപ്പൽ ബഹാവുദ്ദീൻ കോടതി മുമ്പാകെ ഹാജരായി. അദ്ദേഹം ഖുറാൻ തൊട്ട് സത്യം ചെയ്തുകൊണ്ട് രേഖകൾ സഹിതം തെളിവുനൽകി.

'രാജനെ പോലീസ് അറസ്റ്റുചെയ്തുകൊണ്ട് പോയതായി എനിക്ക് ഉത്തമബോധ്യമുണ്ട്'

ജസ്റ്റിസ് പോറ്റി പ്രിൻസിപ്പലിനോട് ആരാഞ്ഞു

'1976 മാർച്ച് 1 നു ശേഷം പി. രാജൻ കോളേജിൽ ഹാജരായിട്ടുണ്ടോ!'

'ഇല്ല! ആ തീയതിക്കുശേഷം രാജൻ ക്ലാസ്സിൽ ഹാജരായിട്ടില്ല'!

60

കോടതിമുറിയിൽ തിക്കിത്തിരക്കി നിൽക്കുന്ന ജനങ്ങൾ വിയർപ്പുചാലുകൾ, എങ്കിലും പൂർണ്ണ നിശ്ശബ്ദരായി കോടതിമുറിയിൽ അവർ ചെവികൂർപ്പിച്ചു നിന്നു.

തെളിവ് നൽകാനെത്തിയ ഹോസ്റ്റലിലെ പാർട്ട്ടൈം തൂപ്പുകാരനായ ബാലസുബ്രഹ്മണ്യം കൈകൂപ്പിക്കൊണ്ട് കോടതിയിൽ സമർപ്പിച്ച അപേക്ഷ കേട്ട് ജനങ്ങൾ കോടതി മുറിയാണെന്നുപോലും മറന്ന് പിറുപിറുത്തു.

ബാലസുബ്രഹ്മണ്യം അപേക്ഷിച്ചു; 'സത്യം തുറന്നു പറഞ്ഞാൽ പോലീസുകാർ എന്നെ ഉപദ്രവിക്കില്ലെന്ന് കോടതി ഉറപ്പു തരണം'

'എന്തു പറയുന്നു?' ജസ്റ്റിസ് പോറ്റി. അഡീഷണൽ അഡ്വക്കേറ്റ് ജനറൽ ടി. സി എൻ തറപ്പിച്ചു പറഞ്ഞു:

സർക്കാരിനുവേണ്ടി ടി സി എൻ തറപ്പിച്ചു പറഞ്ഞു. 'ഈ കേസിലെ സാക്ഷികൾക്കോ, കേസുമായി ബന്ധപ്പെട്ട യാതൊരാൾക്കുമോ സർക്കാർ ഭാഗത്തുനിന്നും യാതൊരു ഉപദ്രവവും ഉണ്ടാകില്ല. അവർക്ക് സർക്കാർ സകലസംരക്ഷണവും നൽകും'.

തുടർന്ന് ടി സി എൻ സാക്ഷിക്കൂട്ടിൽ നിന്ന ബാലസുബ്രഹ്മണ്യത്തോട് ചോദിച്ചു:

'ഇപ്പോൾ പേടിയുണ്ടോ?'

'ഇല്ല!'

ജസ്റ്റിസ് പോറ്റി ചോദിച്ചു:

'ഇതും ഞാൻ രേഖപ്പെടുത്തണോ? പേടിയുണ്ടോ, ഇല്ല- എന്നതും!'

61

ബാലസുബ്രഹ്മണ്യം പറഞ്ഞു: 'എന്റെ വീടിന്റെ അടുത്തുണ്ടായ ഒരു കോലപാതകക്കേസിൽ ഞാൻ പോലീസ് സാക്ഷിയായിരുന്നു. തല്ലിക്കൊല്ലാൻ ഉപയോഗിച്ച ഒരു വടി കണ്ടെടുത്തതിന്റെ സാക്ഷി. അന്ന് സാക്ഷി പറയുവാൻ എന്നെ കൊണ്ടുപോയ വാനിൽത്തന്നെയാണ് രാജനെ കയറ്റിക്കൊണ്ടുപോയത്. എനിക്ക് നേരിട്ട് പരിചയമുള്ള ക്രൈം ബ്രാഞ്ച് ഇൻസ്പെക്ടർ ശ്രീധരൻ, കോൺസ്റ്റബിൾ രാഘവൻ നായർ, ഡ്രൈവർ ചന്ദ്രൻ എന്നിവരാണ് രാജനെ അറസ്റ്റു ചെയ്തു കൊണ്ടുപോയത്'.

കോടതിമുറിയിൽ മർമ്മരങ്ങളുയർന്നു. നിശ്ശബ്ദത പാലിക്കാൻ ജസ്റ്റിസ് പോറ്റി ആവശ്യപ്പെട്ടു.

അടുത്തസാക്ഷി ഹോസ്റ്റൽ വാച്ചുമാൻ നാരായണൻനായർ വളരെ ശാന്തനായാണ് സാക്ഷിക്കൂട്ടിൽ നിന്നത്. എങ്കിലും അഡീഷണൽ അഡ്വക്കേറ്റ് ജനറൽ ടി സി എൻ മേനോൻ വാച്ചുമാൻ നാരായണൻനായരോട് പറഞ്ഞു: 'പരിഭ്രമമൊന്നും വേണ്ട!'

ജസ്റ്റിസ് സുബ്രഹ്മണ്യൻ പോറ്റി പറഞ്ഞു: 'സാക്ഷിക്ക് പരിഭ്രമമൊന്നുമില്ലല്ലോ? മറ്റു ചിലർക്കാണ് പരിഭ്രമം'.

62

കക്കയത്തു ക്യാമ്പിൽ എട്ടുദിവസത്തോളം സകല മർദ്ദനമുറകൾക്കും വിധേയനായശേഷം കണ്ണൂർ സെൻട്രൽ ജയിലിലും കഴിയേണ്ടിവന്ന രാജൻ - ചാത്തമംഗലത്ത് ടൈപ്പ് റൈറ്റിങ്ങ് ഇൻസ്റ്റിറ്റ്യൂട്ട് നടത്തുന്ന രാജൻ - സാക്ഷിക്കൂട്ടിൽ കയറിയപ്പോഴേ അവശനായിരുന്നു, പുലിക്കോടൻ നാരായണൻ സബ് ഇൻസ്പെക്ടറും കിങ്കരന്മാരും കൂടി പി. രാജനെ ബെഞ്ചിൽ മലർത്തിക്കിടത്തിമർദ്ദിക്കുന്നതും അനക്കമറ്റ രാജന്റെ ശരീരം എടുത്തുകൊണ്ടു പോ കുന്നതും കണ്ടതായി പറഞ്ഞപ്പോൾ അയാൾക്ക് നിൽക്കാനാവാതെ വന്നു. തനിക്ക് ഇരിക്കാൻ അനുവാദം വേണമെന്ന് രാജൻ കോടതിയോട് അപേക്ഷിച്ചു.

അഡീഷണൽ അഡ്വക്കേറ്റ് ജനറൽ ടി സി എൻ മേനോൻ പെട്ടെന്ന് പറഞ്ഞു തീർത്തു: 'വിസ്താരം കഴിഞ്ഞു.'

മുഴുവൻസാക്ഷികളുടെയും വിസ്താരം കഴിഞ്ഞ ഉടൽതന്നെ മഫ്ടിയിൽ അവിടെ ഉണ്ടായിരുന്ന പുലിക്കോടൻ നാരായണൻ ശബരിമലയ്ക്ക് കെട്ടുകെട്ടി. വിഷുവിന്, ശബരിമല ശ്രീ അയ്യപ്പദർശനം അങ്ങോരുടെ ഒരു ചടങ്ങാണ്.

സൂപ്രണ്ട് ലക്ഷ്മണ കോഴിക്കാട് ചെന്ന് പ്രസ്താവിച്ചു: 'ഹേബിയസ് കോർപ്പസ് ഹർജിയല്ലേ? ഞങ്ങളുടെ കയ്യിലില്ലാത്ത ഒരാളെ ഹാജരാക്കാൻ കോടതി പറയുമോ? ഹർജിയൊക്കെ തള്ളിപ്പോകും!'

63

കോടതികൾ മധ്യവേനലവധിക്കായി പൂട്ടും. എങ്കിലും 'രാജൻകേസ്സി' ന്റെ വാദം കേൾക്കാനായി ഏപ്രിൽ പതിനൊന്നിന് ജസ്റ്റിസ് പോറ്റിയും ജസ്റ്റിസ് ഖാലിദും തയ്യാറായി.

ഏഴാംനമ്പർ കോടതിമുറിയിൽ രാവിലെ പത്തുമണിക്കുതന്നെ പുരുഷാരം നിറഞ്ഞു. ജനറൽ 'വാദം' ആരംഭിച്ചു.

'വാദം' നീണ്ടു നീണ്ടു പോയി. 'ഒരു പക്ഷേ ഏതെങ്കിലും ഒരു പോലീസുദ്യോഗസ്ഥൻ രാജനെ അറസ്റ്റു ചെയ്തിട്ടുണ്ടാവാം. അക്കാര്യത്തെപ്പറ്റി അന്വേഷിക്കുന്നതിന് ഒരു അന്വേഷണകമ്മീഷനെ നിയമിക്കാൻ സർക്കാർ തയ്യാറെടുത്തു കഴിഞ്ഞിരിക്കുന്നു!'

ആറ് - ആറര മണിക്കുറോളം ടി.സി.എൻ മേനോൻ പ്രസംഗിച്ചു, മണിനാലായപ്പോൾ കോടതി ചോദിച്ചു: 'ഇനി എത്ര സമയം കൂടി വേണ്ടിവരും?'

'നാലുമണിക്കൂർ കൂടി'

ജസ്റ്റിസുകൾ പരസ്പരം നോക്കി, പിന്നെ കോടതിഭിത്തിയിലെ ക്ലോക്കിലേക്കും.

അപ്പോൾ അഡീഷണൽ അഡ്വക്കേറ്റ് ജനറൽ ചൂണ്ടിക്കാട്ടി: 'ആ ക്ലോക്ക് നടക്കുന്നില്ല, മൈ ലോർഡ്'.

'എന്താ ക്ലോക്കിന്റെ ചലനവും നിങ്ങൾ അറസ്റ്റ് ചെയ്തിരിക്കുന്നോ?' ജസ്റ്റിസ് പോറ്റി പുഞ്ചിരിയോടെ അന്വേഷിച്ചു.

മുക്കാൽ മണിക്കൂർ കൂടിയേ ടി സി.എന്നിന് പിന്നീട് വേണ്ടി വന്നുള്ളൂ. തുടർന്ന് പ്രൊഫ. ഈച്ചരവാരിയർക്കു വേണ്ടി ശ്രീ ഈശ്വരയ്യരും വാദിച്ചു: 'രാജനെ പോലീസ് അറസ്റ്റ് ചെയ്തതായി തെളിഞ്ഞിരിക്കുന്നു. ഇപ്പോഴും അയാൾ പോലീസ് കസ്റ്റഡിയിലുണ്ടെന്ന് വേണം കരുതാൻ. എത്രയും വേഗം രാജനെ ഈ കോടതിയിൽ ഹാജരാക്കണമെന്നും, മോചിപ്പിക്കണമെന്നും ഞാൻ ആവശ്യപ്പെടുന്നു.'

പതിമൂന്നാം തിയതി ഉച്ചകഴിഞ്ഞ് ഒന്നേകാൽ മണിക്ക് വിധി പറയാനായി കോടതി പിരിഞ്ഞു.

64

ഡൽഹി - കോൺഗ്രസ്സ് വർക്കിങ്ങ് കമ്മിറ്റിയിൽ സംബന്ധിക്കാനെത്തിയതാണ് കേരളാ മുഖ്യമന്ത്രി കരുണാകരനും കേരളത്തിലെ കോൺഗ്രസ്സ് അദ്ധ്യക്ഷൻ എ.കെ ആന്റണിയും.

സഖാവ് ഇ.എം.എസ്സ് സമ്പൂതിരിപ്പാടിനേയും മാർക്സിസ്റ്റ് പാർട്ടിയേയും ഒരു 'പാഠം പഠിപ്പിച്ച ' ആന്റണിയും കരുണാകരനും!

ഇന്ത്യാമഹാരാജ്യം ഒന്നടങ്കം പാതാളഗർത്തത്തിൽ പതിച്ചപ്പോഴും കേരളത്തെ സംരക്ഷിച്ചെടുത്ത സംക്രമണ പുരുഷന്മാർ!

ഡൽഹിയിലെ മലയാളിസമാജക്കാർ ആന്റണിക്കും കരുണാകരനും ഒരു സ്വീകരണം നൽകി. സ്വീകരണത്തിന് നന്ദി പറഞ്ഞ കരുണാകരൻ, ഇ.എം.എസ്സിന് 77 ൽ മുഖ്യമന്ത്രിയാകാൻ കഴിയാതെ പോയതിൽ ഖേദം പ്രകടിപ്പിച്ചു. ഇ.എം.എസിന് വെറും 29 പേരുള്ള പ്രതിപക്ഷത്തിന്റെ നേതാവായി കഴിയേണ്ടിവരുന്ന ശോചനീയാവസ്ഥയിൽ സഹതപിച്ചു. പണ്ട്, പത്ത് പന്ത്രണ്ട് വർഷം മുമ്പ്, ഒൻപതു പേരുടെ നേതാവായി താൻ കോൺഗ്രസ്സിനെ സംരക്ഷിച്ചു നിർത്തിയതും പിന്നീട് ഈ വിധം വളർത്തിയെടുത്തതും അഭിമാനത്തോടെ ചൂണ്ടിക്കാട്ടി. എന്നിട്ട് മുഖ്യമന്ത്രി കരുണാകരൻ ഈണത്തിൽ നീട്ടി പാടി.

'രണ്ടു നാലു ദിനം കൊണ്ടൊരുത്തനെ

തണ്ടിലേറ്റി നടത്തുന്നതും ഭവാൻ

മാളികപ്പുറത്തേറിയ മന്നന്റെ

തോളിൽ മാറാപ്പങ്ങാക്കുന്നതും ഭവാൻ'

പാട്ടുപാടി തീർന്ന്, തിരിച്ച് 'കേരളഭവനി'ലെത്തിയപ്പോൾ തിരുവനന്തപുരത്തുനിന്നും ടെലിഫോൺ സന്ദേശം വന്നു! വിധി നമുക്കെതിരാണ്, ഉടൻ മടങ്ങിയെത്തുക.

65

1977 ഏപ്രിൽ പതിമൂന്ന്. ഉച്ചകഴിഞ്ഞ് ഒന്നേകാൽ മണി. കൊച്ചി നഗരത്തിലെ എല്ലാവഴികളും ഹൈക്കോടതിയിൽ എത്തിയിരിക്കുന്നു.

ഏഴാം നമ്പർ കോടതി മുറിയും വരാന്തകളും മാത്രമല്ല, ഹൈക്കോടതിയുടെ വിശാലമായ മുറ്റവും നിറയെ ജനങ്ങൾ - ആവേശഭരിതരായ, ഉത്കണ്ഠാകുലരായ ജനങ്ങൾ.

അഡ്വക്കേറ്റ് ഈശ്വരയ്യരും അഡ്വക്കേറ്റ് രാംകുമാറും നേരത്തെയെത്തി, അഡീഷണൽ അഡ്വക്കേറ്റ് ജനറൽ ടി.സി എൻ മേനോൻ അന്ന് കോടതിയിൽ വരുന്നില്ലെന്നറിയിച്ചു. അദ്ദേഹത്തിന് അത്യാവശ്യമായി വീട്ടിലെന്തോ ജോലികൾ ഉണ്ട്.

ഒരു മണികഴിഞ്ഞു കൃത്യം നാൽപ്പത്തിയഞ്ച് മിനിറ്റായപ്പോൾ ജസ്റ്റിസ് പോറ്റിയും ജസ്റ്റിസ് ഖാലിദും ന്യായപീഠങ്ങളിലെത്തി.

മൊട്ടുസൂചി നിലത്തുവീണാൽ കേൾക്കാം എന്നു പറയാറില്ലേ, ആ നിശ്ശബ്ദത.

ജസ്റ്റിസ് പോറ്റി ടൈപ്പുചെയ്ത അമ്പത്തിരണ്ട് ഷീറ്റുള്ള സ്വന്തം വിധി വായിച്ചു തുടങ്ങി. 'പല അർത്ഥത്തിലും അദ്വിതീയമായ ഒന്നാണ്' ഞങ്ങളുടെ മുമ്പിലുള്ള ഈ കേസ്.....

66

'കേരളാ സർക്കാറിന് സമർപ്പക്കപ്പെട്ട നിരവധി നിവേദനങ്ങൾ കൊണ്ട് വാദിക്ക് യാതൊരു പ്രയോജനവും ഉണ്ടായില്ലെന്ന് വ്യക്തമായി. ഒരു രസീതി പോലും നൽകാനുള്ള മര്യാദ അദ്ദേഹത്തിനു ലഭിച്ചില്ല. 15-6-1976 നും 1-7-1976 നും പിന്നീട് 6.8.1976 നും ആഭ്യന്തര സെക്രട്ടറിക്ക് അദ്ദേഹം രജിസ്റ്റർ ചെയ്ത് നിവേദനങ്ങൾ അയച്ചതായി പറയുന്നു. ഒന്നാം പ്രതി (ആഭ്യന്തര സെക്രട്ടറി)യുടെ എതിർ സത്യവാങ്മൂലത്തിൽ 15.6.2976 നും 1.7.1976 നും തീയതി വച്ച ഒപ്പിടാത്ത രണ്ട് നിവേദനങ്ങൾ ആഭ്യന്തരവകുപ്പിൽ കിട്ടിയതായി പരാമർശമുണ്ട്. 1.7.1976 ലെ നിവേദനം ലഭിച്ചിട്ടില്ലെന്നോ അല്ലെങ്കിൽ അതിൽ ഒപ്പിട്ടിട്ടില്ലെന്നോ നിഷേധിച്ചിട്ടില്ല. ഒപ്പിടാത്തതുകൊണ്ടാണ് നിവേദനങ്ങളുടെ മേൽ നടപടിയൊന്നും എടുക്കാത്തതെന്നും തോന്നുന്നു. പക്ഷേ, 15.6.1976 ലെ നിവേദനം സ്വീകരിക്കപ്പെട്ടതായും ചില നടപടികൾ എടുത്തിരിക്കുന്നതായും കാണുന്നു. അതേ സമയം 6.8.1976 ലെ നിവേദനത്തിൽ ഏതെങ്കിലും ഇനീഷ്യലുകൾ പോലും ഇല്ലതാനും. ഏതായാലും ഇക്കാര്യം കൂടുതൽ പരിശോധിക്കേണ്ട ആവശ്യമില്ല. പാർലിമെന്റംഗങ്ങൾക്കും കേന്ദ്ര ആഭ്യന്തരമന്ത്രിക്കും ഇന്ത്യൻ പ്രസിഡന്റിനും വാദി (പ്രൊഫ. ഈച്ചരവാരിയർ) സമർപ്പിച്ച നിവേദനങ്ങൾ സംസ്ഥാനസർക്കാരിന് അയച്ചുകിട്ടിയതിനുശേഷം മാത്രമാണ് കേന്ദ്രസർക്കാരിന് ഒരു റിപ്പോർട്ട് അയക്കേണ്ടതിന്റെ ആവശ്യകത ബോദ്ധ്യപ്പെട്ടത്. ഈ സന്ദർഭത്തിലാണ് എക്സിബിറ്റ് II (ആഭ്യന്തരസെക്രട്ടറി കേന്ദ്രസർക്കാരിന് അയച്ചു കൊടുത്ത റിപ്പോർട്ട്) തയ്യാറാക്കിയത്. കോഴിക്കോട് ജില്ലാ പോലീസ് സൂപ്രണ്ടിന്റെ റിപ്പോർട്ടിനെയാണ് അത് അടിസ്ഥാനപ്പെടുത്തിയിട്ടുള്ളതും. ആ റിപ്പോർട്ടിന്റെ ഒരു കോപ്പി തന്റെ എതിർ സത്യവാങ്മൂലത്തോടൊപ്പം അദ്ദേഹം നൽകിയിട്ടുണ്ട്. അനേ ‌ഷണം നടത്തിയെന്ന് പറയുന്നത് എത്ര അലക്ഷ്യമായും ഉദാസീനമായും ആയിരുന്നെന്ന് ആ റിപ്പോർട്ട് കാണിച്ചുതന്നു. കോളേജിൽ നിന്നും അയച്ച കത്തിന്റെ ഓഫീസ് കോപ്പി പ്രിൻസിപ്പലിന് കണ്ടുപിടിക്കാൻ കഴിഞ്ഞില്ലെന്ന് ആ റിപ്പോർട്ടിൽ പറയുന്നു. പ്രിൻസിപ്പാൾ, പ്രൊഫ. ഈച്ചരവാരിയർക്ക് കത്ത് എഴുതിയതിന് അടിസ്ഥാനമായിരുന്ന പശ്ചാത്തല വസ്തുതകളും കോളേജ് ഓഫീസിൽ ലഭ്യമായിരുന്നില്ലത്രെ... താനയച്ച കത്തുകളെപ്പറ്റിയോ വിദ്യാഭ്യാസവകുപ്പിനും

(കോളേജ്) ഗവേണിങ് ബോഡിക്കും കൊടുത്ത റിപ്പോർട്ടിനെപ്പറ്റിയോ പോലീസ് ഉദ്യോഗസ്ഥർ, തന്നെ ചോദ്യം ചെയ്തിട്ടില്ലെന്ന് പ്രിൻസിപ്പൽ സ്പഷ്ടമായി പ്രസ്താവിക്കുന്നു. ഇതിനാൽ ഇക്കാര്യം അന്വേഷിക്കാൻ ഗൗരവതരമായ ശ്രമങ്ങളൊന്നും നടന്നിട്ടില്ലെന്ന് തെളിഞ്ഞിട്ടുണ്ട്.

അതുകൊണ്ടുതന്നെ 10.3.1976 ന് തന്റെ മകന്റെ തിരോധാനത്തെപ്പറ്റി നിവേദനം നൽകുവാൻ വാദി (പ്രൊഫ. ഈച്ചരവാരിയർ) ആഭ്യന്തരമന്ത്രി (ശ്രീ.കെ. കരുണാകരൻ)യെ സന്ദർശിച്ചോ എന്ന പ്രശ്നം അത്ര പ്രധാനപ്പെട്ടതാകണമെന്നില്ല. പക്ഷേ, അത് ആഭ്യന്തരമന്ത്രിയുടെ പിന്നീടുണ്ടായ പെരുമാറ്റത്തെപ്പറ്റി നിശ്ചയിക്കാനുള്ള പശ്ചാത്തല വസ്തുത എന്ന നിലയിൽ സംഗതമായിത്തീരുന്നു. വാദിയിൽ നിന്നും നേരിട്ടും കേന്ദ്രസർക്കാർ മുഖേനയും ആഭ്യന്തര സെക്രട്ടറിക്ക് ലഭിച്ച നിരവധി നിവേദനങ്ങൾ ആഭ്യന്തരമന്ത്രിയുടെ ശ്രദ്ധയിൽപ്പെട്ടു എന്ന് പറയാനാവില്ല. പക്ഷേ, ശ്രീ വിശ്വനാഥ മേനോന്റെ കത്തിനോടൊപ്പമുള്ള നിവേദനം അദ്ദേഹം ശ്രദ്ധിച്ചിരിക്കണം. വിശ്വനാഥമേനോനുള്ള മറുപടി അദ്ദേഹംതന്നെ ഒപ്പുവച്ചിട്ടുള്ളതാണ്. 1976 മാർച്ചിലോ അല്ലെങ്കിൽ അതോടടുത്തോ തർക്കവിഷയം സംബന്ധിച്ച് വാദി ആഭ്യന്തരമന്ത്രിയെ കാണുകയും പ്രശ്നം മാസങ്ങളോളം തീരാതിരിക്കുകയുമില്ലാത്തതുകൊണ്ട് ഒരു നടപടിയും എടുക്കേണ്ടിവന്നില്ലെന്ന് ആഭ്യന്തരമന്ത്രിക്ക് മറുപടി നൽകാൻ കഴിയേണ്ടതാണ്. 1.3.1976 നു ശേഷം ആഭ്യന്തരമന്ത്രിയെത്തന്നെ വിവരം ധരിപ്പിച്ചിട്ടും 1976 ഡിസംബർ അവസാനംവരേയും സർക്കാരും സർക്കാരുദ്യോഗസ്ഥരും, രാജനെ കസ്റ്റഡിയിൽ എടുത്തിട്ടില്ലെന്നും കേസില്ലെന്നുമുള്ള യാഥാർത്ഥ്യത്തിന്, തെളിവെങ്കിലുമത്രെ വിശ്വനാഥമേനോനുള്ള മറുപടി. ആ കത്തിലൂടെ മോചനക്കാര്യം പരിഗണനയിലാണ് എന്നാണ് ആഭ്യന്തരമന്ത്രി അറിയിച്ചത് എന്നത് ഏറെ തർക്കവിഷയമായ ഒരു പ്രശ്നമാണ്. ആഭ്യന്തരമന്ത്രിയെ സംബന്ധിച്ചിടത്തോളം അങ്ങനെയല്ല അർത്ഥമാക്കിയിട്ടുള്ളത് എന്ന് പറയുന്നു. ആഭ്യന്തരമന്ത്രിയും ആഭ്യന്തരസെക്രട്ടറിയും കൈപ്പറ്റിയ വാദിയുടെ തുടരെത്തുടരെയുള്ള നിവേദനങ്ങൾ കൈകാര്യം ചെയ്യാൻ ഉത്തരവാദപ്പെട്ടവരും കൈകാര്യം ചെയ്തവരുമായ എല്ലാവരുടെയും പെരുമാറ്റവും അങ്ങേയറ്റം സംശയകരമല്ലെങ്കിൽ; നിർഭയമാണ്. വാദിയിൽ നിന്ന് നേരിട്ട് കൈപ്പറ്റിയ നിവേദനങ്ങളിൽ ആഭ്യന്തരസെക്രട്ടറി നടപടിയൊന്നും എടുത്തുകാണുന്നില്ലെങ്കിൽ, കേന്ദ്ര സർക്കാരിന് പാർലിമെന്റംഗങ്ങൾ സമർപ്പിച്ച നിവേദനങ്ങൾ ഒന്നാം പ്രതി ആഭ്യന്തര സെക്രട്ടറിക്ക് അയച്ചപ്പോൾ മറ്റൊരു കഥയാണ് പറയാനുള്ളത്. വാദിയുടെ നിവേദനത്തോടുകൂടിയുള്ള എ.കെ. ഗോപാലന്റെ കത്ത് ഒന്നാം പ്രതിക്ക് 10.09.1976 ൽ അയച്ചതായി കാണുന്നു. അപ്പോൾ ആ കത്തും നിവേദനവും റിമാർക്കുകൾക്കായി ഒന്നാം പ്രതി, രണ്ടാം പ്രതിയായ പോലീസ് ഇൻപെക്ടർ ജനറലിന് അയച്ചു. 17.09.1976 ന്റെ കത്തനുസരിച്ചാണിത്. അത്തരമൊരു നിവേദനം എം.കെ. കൃഷ്ണൻ എം.പി.യിൽ നിന്ന് ലഭിച്ചത്. 18.09.1976 ൽ കേന്ദ്രആ

ഭ്യന്തരവകുപ്പ് ഒന്നാം പ്രതിക്ക് അയച്ചു കൊടുത്തതായി കാണുന്നു. അതിന് ശേഷമാണ് 19.09.1976 ൽ തന്റെ കത്തുമായി വാദിയുടെ നിവേദനം ശ്രീ. വിശ്വനാഥമേനോൻ എം.പി. ആഭ്യന്തരമന്ത്രി കരുണാകരന് അയച്ചു കൊടുത്തത്. അന്വേഷണത്തിനും തക്കനടപടികൾക്കും വേണ്ടി അത് വീണ്ടും രണ്ടാം പ്രതിക്ക് അയച്ചു. ഇൻസ്പെക്ടർ ജനറൽ അദ്ദേഹത്തെ ഓർമ്മപ്പെടുത്തും വരെ റിപ്പോർട്ടൊന്നും നൽകിയില്ല. 22.10.1976 ൽ ഐ.ജി. ഒന്നാം പ്രതിയെ അറിയിച്ചു. സി.ഐ.സി റെയിൽവേയ്സ്, ഡി.ഐ.ജിയുമായി എഴുത്തുകുത്തിലാണെന്നും റിപ്പോർട്ട് പ്രതീക്ഷിച്ച് കഴിയുകയാണെന്നും, ഇതേ സമയം ശ്രീ വിശ്വനാഥമേനോൻ തന്റെ മുൻകത്തിന് ഒരു രസീതിപോലും ലഭിച്ചിട്ടില്ലെന്ന് ആഭ്യന്തരമന്ത്രിയോട് 5.11.1976 ൽ രേഖാമൂലം പരാതിപ്പെട്ടു. അതുകൊണ്ടാവാം ഒരു മറുപടി ഏതാണ്ട് ഒരു മാസത്തിനു ശേഷം നൽകപ്പെട്ടത്. റിപ്പോർട്ടിന് വേണ്ടി ഒന്നാം പ്രതി 11.12.1976ൽ കത്തിലൂടെ വീണ്ടും ഐ.ജിയെ ഓർമ്മപ്പെടുത്തി. രണ്ടാം പ്രതി തന്റെ നിലക്ക് സി.ഐ.ഡി. റെയിൽവേയ്സ് ഡി.ഐ.ജിക്ക് റിപ്പോർട്ട് അയക്കണമെന്നും എഴുതി. കോഴിക്കോട് പോലീസ് സൂപ്രണ്ടിന് റിപ്പോർട്ടിന് വേണ്ടി എഴുതിയിട്ടുണ്ടെന്നും അത് ഇനിയും ലഭിച്ചിട്ടില്ലെന്നും അതുകൊണ്ട് വീണ്ടും ഓർമ്മിപ്പിച്ചിട്ടുണ്ടെന്നുമുള്ള തന്റെ മറുപടി ഡി.ഐ.ജി, ഐ.ജി യെ അറിയിച്ചു. ഈ വിധിയിൽ മറ്റൊരിടത്ത് പറയുന്ന കോഴിക്കോട് പോലീസ് സൂപ്രണ്ടിന്റെ റിപ്പോർട്ട് അപ്പോൾ വരുന്നു. അനൗപചാരികമായ ഒരന്വേഷണം നടത്തിയെന്നു മാത്രം തോന്നുന്നു, പക്ഷേ ബന്ധപ്പെട്ട ഓരോ ഉദ്യോഗസ്ഥരും സന്തുഷ്ടരായി ഭാവിച്ചു. റിപ്പോർട്ടിനേക്കാളേറെ എന്തെങ്കിലും ഒരു റിപ്പോർട്ട് കേന്ദ്ര സർക്കാരിന് അയച്ച് കൊടുക്കുന്നതിലായിരുന്നു അവരുടെ ശ്രദ്ധ എന്ന് വ്യക്തം. റിപ്പോർട്ടിന്റെ കൃത്യതയെപ്പറ്റിയോ പര്യാപ്തതയെപ്പറ്റിയോ ആരും ക്ലേശിച്ചില്ല. ഒരു റിപ്പോർട്ട് കിട്ടുന്നതിനുള്ള അനിശ്ചിതമായ കാലതാമസം, റിപ്പോർട്ട് തയ്യാറാക്കുന്നതിൽ കാട്ടിയ അനൗപചാരികരീതി, ആരുടെയൊക്കെ കൈകളിലൂടെയാണോ ആ റിപ്പോർട്ട് കടന്നു പോയത്, അവർ അതിനോടു കാട്ടിയ അവഗണന, ഇതേപ്പറ്റിയൊന്നും എടുത്ത് പറയേണ്ട ആവശ്യമില്ല. പൗരാവകാശവും സ്വാതന്ത്ര്യവുമായി ബന്ധപ്പെട്ട കാര്യങ്ങളോടുള്ള അലക്ഷ്യമനോഭാവത്തിന്റെ പൊതുവായ പ്രതിഫലനമല്ലാതെ മറ്റൊന്നുമല്ല ഇതെന്നും ഞങ്ങൾ ഭയപ്പെടുന്നു. കോടതിയിൽ നിന്ന് ലഭിക്കേണ്ട പൗരസംരക്ഷണം നഷ്ടപ്പെടുകയും ഉദ്യോഗസ്ഥരുടെ നീതിക്കും വിവേകത്തിനും കാത്തുനിൽക്കേണ്ടുന്ന പ്രത്യേക കാലഘട്ടമായിരുന്നതിനാൽ, വലിയ ഉൽകണ്ഠ ഉണ്ടാക്കുന്ന സംഗതിയാണിതെന്നും ഞങ്ങൾ ഭയപ്പെടുന്നു.

'ഈ കേസിലെ എല്ലാ പ്രതികളും എതിർസത്യവാങ്മൂലങ്ങൾ സമർപ്പിച്ചിട്ടുണ്ടെങ്കിലും ഒന്ന് മുതൽ നാലു വരെയുള്ള പ്രതികളുടെ വ്യക്തിപരമായ അറിവുവെച്ച് ഞങ്ങളുടെ മുമ്പിലുള്ള പ്രശ്നത്തെപ്പറ്റി എന്തെങ്കിലും പറയുവാൻ ഉദ്ദേശ്യമില്ല. രാജനെ പൊലീസ് കസ്റ്റഡിയിൽ

എടുത്തിട്ടില്ല എന്നതിന് നേരിട്ടുള്ള വിവരം വെച്ച് കൊണ്ട് പറയാവുന്ന സ്ഥിതിയിലല്ല അവർ - അഞ്ചാം പ്രതി (സൂപ്രണ്ട് ലക്ഷ്മണ) താൻ കക്കയം ടൂറിസ്റ്റ് ബംഗ്ലാവിൽ ഉണ്ടായിരുന്നെന്നും രാജനെ അവിടെ കൊണ്ടുവന്നിട്ടില്ലെന്നും സത്യം ചെയ്യുന്നു. അദ്ദേഹത്തിന്റെ പ്രസ്താവനയിൽ ഞങ്ങൾക്ക് മതിപ്പ് തോന്നുന്നില്ല. രാജന്റെ തിരോധാനത്തെക്കുറിച്ച് അദ്ദേഹം തയ്യാറാക്കിയ റിപ്പോർട്ടിനെപ്പറ്റി ഈ വിധിയിൽ മറ്റൊരിടത്ത് ഞങ്ങൾ പരാമർശിച്ചിട്ടുണ്ട്.- പ്രിൻസിപ്പൽ ബഹാവുദ്ദീന്റെ തെളിവിൽ നിന്നും അഞ്ചാംപ്രതിയുടെ റിപ്പോർട്ട് - അസത്യമല്ലാതെ മറ്റൊന്നുമല്ലെന്ന് ഞങ്ങൾക്ക് ബോദ്ധ്യമായി. ജില്ലാ പോലീസ് സുപ്രണ്ട് ലക്ഷ്മണ ക്രോസ് വിസ്താരത്തിനു വേണ്ടി മുന്നോട്ട് വന്നില്ല. കക്കയം ടൂറിസ്റ്റ് ബംഗ്ലാവിൽവെച്ച് രാജനെകണ്ട വാദിഭാഗം ഒൻപതാം സാക്ഷി (രാജൻ)യുടെ തെളിവ് ഞങ്ങൾ അംഗീകരിക്കുന്നു. ഈ സാഹചര്യങ്ങളാൽ പ്രതികൾ സമർപ്പിച്ച എതിർ സത്യവാങ്മൂലങ്ങൾ 1.3.1976 ൽ രാജനെ പോലീസ് കസ്റ്റഡിയിൽ എടുത്തു എന്ന കേസിനെ നേരിടാൻ അവരെ സാഹിയിക്കുന്നില്ല'.

എതിർസത്യവാങ്മൂലങ്ങൾ ഞങ്ങൾക്കും വലിയ സഹായമായിത്തീരുന്നില്ലെന്ന് ചൂണ്ടിക്കാണിക്കുന്നത് അസംഗതമായിരിക്കില്ല. ഈ കേസിന്റെ ഗൗരവവും ഗാംഭീര്യവും കണക്കിലെടുത്തുകൊണ്ട്, രാജന്റെ തിരോധാനം സംബന്ധിച്ച പരാതികളെപ്പറ്റി നടത്തിയ അന്വേഷണകാര്യങ്ങൾ സംസ്ഥാനസർക്കാർ സ്വീകരിച്ച നടപടികളുടെ വിശദവിവരങ്ങൾ ആഭ്യന്തര സെക്രട്ടറിയുടെയും മുൻ ആഭ്യന്തര മന്ത്രിയുടെയും (കരുണാകരൻ) എതിർ സത്യവാങ്മൂലങ്ങളിൽ ഉണ്ടാകുമെന്ന് ഞങ്ങൾ പ്രത്യാശിച്ചു. റിപ്പോർട്ട് ഞങ്ങൾ പ്രതീക്ഷിച്ചു. ഈ വിദ്യാർത്ഥി അറസ്റ്റ് ചെയ്യപ്പെട്ടു എന്ന് പറയപ്പെടുന്ന ദിവസത്തിന് ശേഷം ഉടൻ തന്നെ 10.3. 1976 ൽ താൻ മന്ത്രിയെ കണ്ടു എന്ന വാദിയുടെ അവകാശവാദത്തിന് മറുപടി പറയുമ്പോൾ, പ്രത്യേകിച്ചും ഇപ്പോഴത്തെ മുഖ്യമന്ത്രി കരുണാകരന്റെ എതിർസത്യവാങ്മൂലം 'സുവിശദ'മാകുമെന്ന് ഞങ്ങൾ പ്രതീക്ഷിച്ചു. അദ്ദേഹത്തിന്റെ പ്രതികരണം എന്തെങ്കിലും ഉണ്ടായിരുന്നെങ്കിൽ, കാര്യങ്ങൾ എന്തായിരുന്നെന്ന് അദ്ദേഹം അന്വേഷിക്കുകയുണ്ടായെങ്കിൽ, അതെന്താണെന്ന് അറിയാൻ ഞങ്ങൾ ആശിച്ചു. തുടർന്ന് എന്തെങ്കിലും നടപടികൾ ശ്രീ. കരുണാകരൻ ചെയ്യുകയുണ്ടായോ എന്നറിയാൻ ഞങ്ങൾക്ക് ആകാംക്ഷയുണ്ടായി. എതിർസത്യവാങ്മൂലങ്ങളുടെ കാര്യങ്ങൾ അങ്ങനെ ഞങ്ങൾ ഉപേക്ഷിക്കുന്നു.

'വാദം നടക്കുമ്പോൾ, ഈ പ്രശ്നത്തെപ്പറ്റി ആരായുവാൻ ഒരു അന്വേഷണകമ്മീഷനെ നിയമിക്കുന്ന കാര്യം നിർദ്ദേശിക്കപ്പെട്ടിട്ടുണ്ട്. എന്ന് പണ്ഡിതനായ അഡീഷണൽ അഡ്വക്കേറ്റ് ജനറൽ അറിയിക്കുകയുണ്ടായി. ഈ പ്രശ്നം ഉയർന്നുവന്നിട്ട് ഏറെക്കാലമായി. വാദി ഈ കോടതിയിലെത്തിയ ശേഷം മാത്രമാണ് ഒരു കമ്മീഷനെ നിയ

മിക്കുക എന്ന ആശയം ഉദയം ചെയ്തത്. ഈ വാഗ്ദാനത്തെപ്പറ്റി ഞങ്ങൾക്ക് മതിപ്പില്ല. മാത്രമല്ല, അത് ഈ കോടതിയുത്തരവിനുള്ള (റിട്ട്) ഉത്തരമാകുന്നില്ല. ഈ കേസിന്റെ സത്യത്തെപ്പറ്റി ആരായുവാൻ സർക്കാർ മുറപോലെ നടപടികളെടുത്തേക്കുമെന്ന് പ്രത്യാശയിൽ, ഈ അപേക്ഷയിന്മേൽ തീർപ്പ് കൽപ്പിക്കുകയെന്ന ഞങ്ങളുടെ കർത്ത വ്യത്തിൽ നിന്നും സ്വയം ഒഴിഞ്ഞു മാറാൻ ഞങ്ങൾക്ക് സാദ്ധ്യമല്ല. ഞങ്ങളുടെ മുമ്പിലുള്ള തെളിവുകളുടെ വെളിച്ചത്തിൽ ഈ കേസ് തീരുമാനിക്കാൻ ഞങ്ങൾ നിർബന്ധിതരാണ്.

ഞങ്ങൾ മുകളിൽ ചർച്ച ചെയ്തതിൽ നിന്നും വാദിയുടെ മകൻ പി. രാജനെ കോഴിക്കേട് റീജ്യണൽ എഞ്ചിനീയറിംഗ് കോളേജ് ഹോ സ്റ്റൽ പരിസരത്ത് നിന്നും 1.03.1976 ന് രാവിലെ കസ്റ്റഡിയിൽ എടു ത്തുവെന്നും കക്കയം ടൂറിസ്റ്റ് ബംഗ്ലാവിലേക്ക് കൊണ്ടുപോയെന്നും 2.031976 ന് അവിടെ കാണുകയുണ്ടായെന്നും ഞങ്ങൾക്ക് ബോദ്ധ്യപ്പെട്ടു.

1977 ഏപ്രിൽ 21-ാം തീയതി ശ്രീ രാജനെ ഈ കോടതിയിൽ ഹാ ജരാക്കുവാൻ പ്രതികളോട് നിർദ്ദേശിക്കുന്ന ഒരു ഹേബിയസ് കോർപ്പ സ് റിട്ട് ഞങ്ങൾ ഇതിനാൽ പുറപ്പെടുവിക്കുന്നു.'േ

കേരളഹൈക്കോടതിയിലെ ഏഴാം നമ്പർ കോടതി മുറിയുടെ കന ത്തഭിത്തികൾപോലും ജസ്റ്റിസ് സുബ്രഹ്മണ്യൻ പോറ്റിയുടെ ഈ വാക്കുകൾ കേട്ട് രോമാഞ്ചം കൊണ്ടു. വിധി പറയുന്നതു കേൾക്കാ നെത്തിയ അമ്മമാർ കരഞ്ഞു. അച്ഛൻമാർ ആശ്വാസം കൊണ്ടു.

67

ജസ്റ്റിസ് പോറ്റിയുടെ വിധിന്യായത്തെ ആദരപൂർവ്വം അംഗീകരിച്ചു കൊണ്ട് ജസ്റ്റിസ് ഖാലിദ് തന്റെ വിധി പ്രത്യേകം പ്രഖ്യാപിച്ചു.

'ഈ കേസിന്റെ പ്രാധാന്യവും അതുല്യ സ്വഭാവവും കണക്കിലെടുത്തുകൊണ്ട് എന്റെ പണ്ഡിത സഹോദരന്റെ വിധിയോട് ഏതാനും വരികൾ കൂട്ടിച്ചേർക്കുന്നത് ഉചിതമാണെന്ന് ഞാൻ കരുതുന്നു. ഒരു ലഘുമായ പ്രശ്നമാണ് ഈ അപേക്ഷ ഉൾക്കൊള്ളുന്നത്. അതിന്റെ പരിഹാരവും ലഘുവാകേണ്ടതാണ്. പക്ഷേ, പ്രതികളുടെ അനുകൂലമല്ലാത്ത നിലപാട് കാരണം, പ്രശ്നപരിഹാരം പ്രയാസകരമായി തീരുകയാണ് ചെയ്തത്. നിയമപരമെന്നതിനേക്കാൾ കൂടുതലായി മാനുഷികമായ ഒരു പ്രശ്നമാണ് ഈ കേസ് ഉൾക്കൊള്ളുന്നത്.

'ചിത്തഭ്രമം ബാധിച്ച ഭാര്യയോടും, തന്റെ ഏകമകന്റെ തിരോധാനം മൂലം അനാഥമായിത്തീർന്ന ഭവനത്തോടും ആ ദുരന്തത്താൽ ദുഃഖാർത്തരായ രണ്ട് പെൺമക്കളോടും കൂടി ഹൃദയം തകർന്ന ഒരു പിതാവ് കേന്ദ്രത്തിലേയും സംസ്ഥാനത്തിലേയും ഉന്നതപദവിയിലുള്ള ഉദ്യോഗസ്ഥരെ സമീപിച്ചശേഷം 1.03.1976 ൽ അപ്രത്യക്ഷനായ തന്റെ കർത്തവ്യം നിറവേറ്റുവാൻ അപേക്ഷിച്ചുകൊണ്ട്, അവസാന ആശ്രയമെന്ന നിലയിൽ ഈ കോടതിയെ ശരണം പ്രാപിച്ചിരിക്കുകയാണ്. ഈ ക്ലേശകരമായ പ്രവൃത്തിയിൽ പ്രതികൾ ഞങ്ങൾക്ക് സഹായം അരുളിയിരുന്നെങ്കിൽ, സത്യം കണ്ടെത്തുന്നതിൽ ഞങ്ങളെ സഹായിച്ചിരുന്നെങ്കിൽ, ഞങ്ങളുടെ ചുമതല ആയാസരഹിതമായി തീരുമായിരുന്നു. വാദിയുടെ മകൻ രാജനെ പോലീസ് ഒരിക്കലും കസ്റ്റഡിയിലെടുത്തിട്ടില്ലെന്ന കർക്കശമായ നിലപാട് പ്രതികൾ കൈക്കൊണ്ടതുകൊണ്ട് തെളിവുകൾ സ്വീകരിച്ച് അക്കാര്യത്തെപ്പറ്റി ഞങ്ങൾക്ക് അന്വേഷിക്കേണ്ടിവന്നു.

'പ്രതികൾ സമർപ്പിച്ച എതിർസത്യവാങ്മൂലങ്ങളിൽ ഒരിക്കലും രാജനെ കസ്റ്റഡിയിൽ എടുത്തിട്ടില്ലെന്ന നിലപാടാണ് സ്വീകരിച്ചത്. എതിർസത്യവാങ്മൂലങ്ങളും അവയോടൊപ്പം സമർപ്പിച്ച രേഖകളും ഞാൻ സസൂക്ഷ്മം പരിശോധിക്കുകയുണ്ടായി. പ്രതികൾ ഈ കോടതിയിൽ നിന്നും സത്യം മറച്ചുവെയ്ക്കാൻ ശ്രമിച്ചതായി ഞാൻ ഖേദ

പൂർവ്വം മനസ്സിലാക്കുന്നു....'

'..................................'

'ഈ കേസിൽ ഏതെങ്കിലും ഒരു പ്രത്യേക വ്യക്തിയുടെ കുറ്റം കണ്ടെത്തുന്നതിൽ, ഞങ്ങൾ തൽപ്പരരായിരുന്നില്ല. 1.03.1976 ൽ രാജനെ കസ്റ്റഡിയിൽ എടുക്കുകയുണ്ടായോ എന്ന സത്യം കണ്ടുപിടിക്കുക എന്നതായിരുന്നു ഞങ്ങളുടെ ഏകതാൽപര്യം.

'സാക്ഷികളുടെ തെളിവുകൾ പൊതുവെ പരിഗണിക്കുമ്പോൾ, ന്യായമായ സംശയമൊന്നും കൂടാതെ 1.03.1976 ന് രാജനെ കസ്റ്റഡിയിൽ എടുത്തുവെന്ന് തെളിയുന്നു. 2.03.1976ൽ മർദ്ദിക്കപ്പെടുന്നതും അബോധാവസ്ഥയിൽ എടുത്തുകൊണ്ട് പോകുന്നതുമായ അവസ്ഥയിലാണ് രാജനെ അവസാനമായി കണ്ടത്. രാജനെ മോചിപ്പിച്ച് എന്നോ അല്ലെങ്കിൽ രാജൻ രക്ഷപ്പെട്ടുപോയി എന്നോ അല്ലെങ്കിൽ രാജൻ ഇഹലോകവാസം വെടിഞ്ഞുവെന്നോ ഒന്നുംതന്നെ പ്രതികൾക്ക് വാദമില്ല. അതുകൊണ്ട് രാജൻ പോലീസിന്റെ കസ്റ്റഡിയിൽ തുടരുന്നു എന്നാണ് അനുമാനം. അതിനാൽ, ഇതിന്മേൽ ഒരു റിട്ട് പുറപ്പെടുവിക്കേണ്ടത് ആവശ്യമായിത്തീരുന്നു.

ജസ്റ്റിസ് സുബ്രഹ്മണ്യൻ പോറ്റിയും ജസ്റ്റിസ് ഖാലിദും ചേമ്പറിലേക്ക് മടങ്ങി, കോടതിമുറിയിൽ നിന്നും സാവധാനം ഇറങ്ങിവന്ന അഡ്വ. ഈശ്വരയ്യരെ ആളുകൾ വളഞ്ഞു. അവർ അദ്ദേഹത്തെ അനുമോദിച്ചു. ഈശ്വരയ്യർ അനുമോദനങ്ങളുമായി തന്നെ ചൂഴ്ന്ന് നിൽക്കുന്നവരോട് പറഞ്ഞു. അതെല്ലാം 'ചെറുപ്പക്കാരന് അവകാശപ്പെടുന്നത്.'

അഡ്വ.രാംകുമാറിനെ അദ്ദേഹം ചൂണ്ടിക്കാട്ടി.

ഹൈക്കോടതിവളപ്പിൽ ചരിത്രത്തിലാദ്യമായി പടക്കങ്ങൾ പൊട്ടി. രണ്ടരമണി നേരത്ത് കൊടും വെയിലിൽ ജനങ്ങൾക്ക് കുളിര് കോരി.

യുവജനങ്ങളും വിദ്യാർത്ഥികളും സ്വയം ജാഥയായിമാറി, അവർ മഹാത്മാഗാന്ധി റോഡിലൂടെ നഗരഹൃദയത്തിലേക്ക് ഒഴുകി. മുദ്രാവാക്യങ്ങൾ പൊട്ടി വീണു, ചിതറിത്തെറിച്ചു.

'കോടതിയിൽ കള്ള സത്യം ചെയ്ത കരുണാകരൻ രാജിവെക്കുക!

നിയമസഭയിൽ കള്ളം പറഞ്ഞ മുഖ്യമന്ത്രി രാജി വെക്കുക!'

'കോടതിയിൽ കള്ള സത്യം ചെയ്ത കരുണാകരൻ രാജി വെക്കുക!

നിയമസഭയിൽ കള്ളം പറഞ്ഞ മുഖ്യമന്ത്രി രാജി വെക്കുക!'

പ്രിയദർശിനിയെ ദർശിച്ച് അനുശോചനമറിയിച്ച് ദുഃഖിതനായ കരുണാകരൻ ഡൽഹിയിൽ നിന്നും തിരവനന്തപുരത്ത് പറന്നെത്തി. കോടതിവിധി കൊച്ചിയിൽ നിന്ന് തിരുവനന്തപുരത്തേക്കും പറന്നു. നിയമ

കാര്യവിദഗ്ധർ മുഖ്യമന്ത്രിക്ക് ചുറ്റും കൂടി. കോടതിവിധി അവർ തിരിച്ചിട്ടും മറിച്ചിട്ടും പരിശോധിച്ചു. പ്രൊ. ടി.എം. കുട്ടി വീണ്ടും കരുണാകരന്റെ കൈരേഖകൾ ഭൂതക്കണ്ണാടിയിൽ വായിച്ചു. എല്ലാവരും ഏകകണ്ഠമായി ഉപദേശിച്ചു. ഭരണഘടനാ പരമായോ നിയമപരമായോ രാജിവെയ്ക്കേണ്ട ആവശ്യമില്ല.!

മുഖ്യമന്ത്രി കരുണാകരൻ തിരുവനന്തപുരത്തെ ഒരു 'ചെഷെയർ ഹോമി' ന് തറക്കല്ലിട്ടു. മുഖ്യനായ ശേഷം ശിലാസ്ഥാപനം ചെയ്യാൻ കിട്ടിയ ഒരവസരം! മാറാരോഗം പിടിപെട്ടവരും, മരണമില്ലാതെ മറ്റു മോചനമാർഗ്ഗമൊന്നുമില്ലാത്തവരുമായ ഭാഗ്യഹീനർക്കും, അനാഥർക്കുമായുള്ള ഒരു പുതിയ ഭവനത്തിനാണ് മുഖ്യൻ കല്ലിട്ടുവെച്ചത്.

68

അലഹബാദ് ഹൈക്കോടതിയുടെ വിധി ഉണ്ടായപ്പോൾ 'ഇന്ദി രാജി രാജിവെയ്ക്കരുത്' എന്ന് ഉടനടി കമ്പിയടിച്ചവനാണെങ്കിലും, ഇന്ദിരാജി അന്ന് രാജി സമർപ്പിക്കേണ്ടതായിരുന്നുവെന്ന് ഡൽഹിയിൽ എഴുതിക്കൊടുത്തശേഷം, സത്യസന്ധനും നല്ലവനും മറ്റും മറ്റുമായ കേരളത്തിലെ കോൺഗ്രസ് അധ്യക്ഷൻ എ.കെ. ആന്റണി തിരുവനന്തപുരത്ത് പറന്നെത്തി.

ആന്റണിയുടെ 'വീക്ഷണം' പത്രം - കരുണാകരൻ രാജിവെച്ച് മാറിനിൽക്കുന്നതാണ് അന്തസ്സ്; എന്ന് മുഖപ്രസംഗമെഴുതി. റെയിൽവെ അപകടമുണ്ടായപ്പോൾ റെയിൽവെ മന്ത്രി രാജി സമർപ്പിച്ച മഹത്തായ പാരമ്പര്യമാണ് നമുക്ക്, കോൺഗ്രസുകാർക്കുള്ളതെന്നും 'വീക്ഷണം' അഭിമാനം കൊണ്ടു.

എങ്കിൽ രാജിവെച്ചുകളയാമെന്ന് കരുണാകരൻ കരുതി, രാജിവെയ്ക്കാൻ തയ്യാറാണെന്ന് മുഖ്യമന്ത്രി പ്രഖ്യാപിച്ചു.

കൂട്ടുപ്രതികളെ അപ്പോഴും രക്ഷിക്കാൻ കരുണാകരൻ മറന്നില്ല. ഒന്നും രണ്ടും പ്രതികളായ ആഭ്യന്തര സെക്രട്ടറി നാരായണസ്വാമിയും ഇൻസ്പെക്ടർ ജനറൽ രാജനും സസുഖം വീണ്ടും രാജ്യം ഭരിക്കാൻ അനുവദിക്കപ്പെട്ടു. മൂന്നാംപ്രതി ക്രൈംബ്രാഞ്ച് ഡി.ഐ.ജി സാക്ഷാൽ ജയറാം പടിക്കലിനെ പോലീസ് ട്രെയിനിംഗ് കോളേജിന്റെ പ്രിൻസിപ്പലാക്കി വീട്ടു: ശിക്ഷ പോലീസുകാർക്കു തന്നെയാകട്ടെ!

അഞ്ചാംപ്രതി സൂപ്രണ്ട് ലക്ഷ്മണ തൽക്കാലത്തേക്ക് സസ്പെന്റ് ചെയ്യപ്പെട്ടു. കൂടെ ഇൻസ്പെക്ടർമാരായ ശ്രീധരനും, പുലിക്കോടൻ നാരായണനും, കോൺസ്റ്റബിൾ രാഘവൻനായരും - അങ്ങനെ കൂട്ടുപ്രതികളെ കഴിയുന്നത്ര സംരക്ഷിച്ചുകൊണ്ട് കരുണാകരൻ രാജിക്ക് തയ്യാറായി. ഒപ്പം സുപ്രീം കോടതിയിലേക്ക് പോകാനും....

സുപ്രീം കോടതിയിൽ വിധി പറയുന്നത് പോറ്റിയും ഖാലിദുമല്ലല്ലൊ!

'നമ്മുടെ ഇസ്റ്റിസു' കളല്ലേ അവിടെയുള്ളത്!!

സാക്ഷാൽ ഇന്ദിരാ പ്രിയദർശിനി നിയമനം കൊടുത്തവർ!!

69

സുപ്രീം കോടതിയിൽ അപ്പീൽ കൊടുക്കുന്നതിനുള്ള അനുമതി ആവശ്യപ്പെട്ടുകൊണ്ട് മുഖ്യമന്ത്രി കരുണാകരനും ആഭ്യന്തരസെക്രട്ടറി നാരായണസ്വാമിക്കും ഇൻസ്പെക്ടർ ജനറൽ രാജനും വേണ്ടി അഡ്വക്കേറ്റ് ജനറൽ അബ്ദുൾ ഖാദർ ഹൈക്കോടതിയെ സമീപിച്ചു.

ജസ്റ്റിസ് പോറ്റിയും ജസ്റ്റിസ് ഖാലിദും അപ്പീലിനുള്ള അനുമതി നിഷേധിച്ചു.

അഡ്വക്കേറ്റ് ജനറലും സർക്കാരിന്റെ നിയമകാര്യ സെക്രട്ടറിയും വേറെ മൂന്ന് ഉദ്യോഗസ്ഥരും കൂടി ഡൽഹിക്ക് പറന്നു. അവർ എ.കെ. സെൻ എന്ന് പ്രഗൽഭനായ അഭിഭാഷകനെ സർക്കാരിനുവേണ്ടി കേസു വാദിക്കാൻ ഏർപാടു ചെയ്തു.

സെൻ വാദിക്കുകയും ചെയ്തു.

പക്ഷേ, സുപ്രിംകോടതിയുടെ ഡിവിഷൻബെഞ്ച് പ്രത്യേക അവകാശം ഉപയോഗിച്ച് സമർപ്പിക്കപ്പെട്ട അപ്പീൽ നിഷ്കരുണം തള്ളിക്കളഞ്ഞു.

എ. കെ. സെന്നിന് കാശെണ്ണിക്കൊടുത്തിട്ട് അടുത്ത വിമാനത്തിൽതന്നെ സർക്കാരുദ്യോഗസ്ഥർ കേരളത്തിലേക്ക് തിരികെ പറന്നു.

(അഞ്ചുപേർക്ക് വിമാനക്കൂലി മാത്രം അന്നത്തെ പതിനായിരം രൂപ)

70

കഷ്ടിച്ച് ഒരു മാസത്തെ ശമ്പളം പറ്റിക്കൊണ്ട് മുഖ്യമന്ത്രി കരുണാകരൻ രാജിവെച്ചിറങ്ങി. അപ്പോഴും അദ്ദേഹം ഞെളിഞ്ഞ് നിന്ന് പച്ചച്ചിരിയോടെ പത്രക്കാരോട് പറഞ്ഞു: 'നിയമപരമായോ ധാർമ്മികമായോ ഞാൻ രാജിവെച്ച് പോകേണ്ട കാര്യമില്ല. പക്ഷേ, ജനവികാരം കണക്കിലെടുത്ത് തൽക്കാലം ഞാൻ മാറി നിൽക്കുന്നു. ഒരു പുതിയ ജനാധിപത്യകീഴ്‌വഴക്കം ഞാൻ സൃഷ്ടിക്കുകയാണ്.

അടുത്ത മുഖ്യമന്ത്രിയായി എ.കെ. ആന്റണി, അമ്മയെ വന്ദിച്ച്, ഗുരുക്കരെ ആദരിച്ച്, സത്യപ്രതിജ്ഞ ചെയ്ത് അധികാരമേറ്റു. അദ്ദേഹം പൂമാലകളും പൂച്ചെണ്ടുകളും വേണ്ടെന്ന് വെച്ചു. പകരം തോർത്ത്മുണ്ടുകൾ തോളിലേറ്റുവാങ്ങി!

തുടർന്ന് രാജൻ കേസിലെ മൂന്നാംപ്രതി ഡി.ഐ.ജി ജയറാം പടിക്കൽ സസ്പെന്റ് ചെയ്യപ്പെട്ടു. കരുണാകരൻ ശിപാർശ ചെയ്ത് വാങ്ങിക്കൊടുത്ത പോലീസ്മെഡൽ അഴിച്ചുവെച്ച്, കാക്കി നിറമുള്ള ടെറിക്കോട്ടൺ യൂണിഫോം ഊരിവെച്ചിട്ട്, മെതിയടിയും വൽക്കലവും ധരിച്ച് ജയരാമൻ തലസ്ഥാനം വിട്ടു.

തീവണ്ടിയിൽ എറണാകുളത്ത് ജയരാമൻ വന്നിറങ്ങി. ജനങ്ങൾ കൊലയാളിയെ തിരിച്ചറിഞ്ഞു; അവനെ വളഞ്ഞു. ആളുകൾ വിളിച്ചു ചോദിച്ചു:

ഇവാനാണോടാ ജയരാമൻ?

ഇവനെ നമുക്കൊന്ന് ഉരുട്ടാമെടാ!

അഴിക്കെടാ അവന്റെ ഉടുപ്പും മുണ്ടും

നിസ്സഹായരായ സാധുക്കളെ പുലിനാരായണൻമാർക്ക് എറിഞ്ഞ് കൊടുത്തിട്ട് ടെലിവിഷനിലൂടെ അതുകണ്ട് രസിച്ചിരുന്ന വീരൻ, പൂച്ചകൾക്ക് നടുവിലകപ്പെട്ട എലിക്കുഞ്ഞിനെപ്പോലെ വിറച്ചു. വായിൽ വെള്ളം വറ്റി. ഒരക്ഷരം മിണ്ടാനാവാതെ വിറങ്ങലിച്ചുനിന്ന ജയരാമനെ ആരോ വിരൽകൊണ്ട് പള്ളക്കുകുത്തി.

പ്ലാറ്റ് ഫോമിലെ ഡ്യൂട്ടി പോലീസുകാർ ഓടി വന്നു. അവർ തങ്ങ

ളുടെ പഴയ യജമാനനെ ജനമദ്ധ്യത്തിൽ നിന്നും മാറ്റിനിറുത്തി രക്ഷ പ്പെടുത്തി.

എറണാകുളത്ത് സ്വന്തമായി പണിയിച്ചിട്ടുള്ള എയർകണ്ടിഷൻസ് കെട്ടിടത്തിലേക്ക് ടാക്സിയിൽ കയറി അവൻ പാഞ്ഞു...

71

'സൗഹൃദനിലയ'ത്തിൽ പത്രക്കാരുടെ പടയണിയായി. 'ഓം മേത്തയുടെ ഒരു ദിവസ'വും മറ്റും സചിത്രലേഖനമായി നൽകിയിരുന്നവർക്കുപോലും രാജന്റെ ചിത്രങ്ങൾ തേടിയലഞ്ഞു.

പത്രങ്ങളിൽ വന്ന രാജന്റെ ചിത്രങ്ങൾ കണ്ട് പ്രൊഫ. ഈച്ചര വാരിയരും മക്കളും കരഞ്ഞു.

ആ കണ്ണീർ എന്ന് വറ്റാൻ?

കലങ്ങിച്ചുവന്ന കണ്ണുകൾകൊണ്ട് പ്രൊഫ. ഈച്ചരവാരിയർ നിങ്ങളോട് ചോദിക്കുന്നു.

എന്റെ രാജനെ എന്തിനവർ പിടിച്ചുകൊണ്ടുപോയി?

എന്തിന്?

എന്തിന് വെറും മുപ്പതു മണിക്കൂർകൊണ്ട് അവനെ ഇല്ലാതാക്കി?

അവന്റെ ശവശരീരം ഇവർ എന്തു ചെയ്തു?

അവൻ അന്ത്യശ്വാസം വലിച്ചപ്പോൾ ഒരിറ്റ് വെള്ളം നൽകാനുള്ള കാരുണ്യം കാട്ടിയോ ആരെങ്കിലും?

ആ അച്ഛൻ പറയുന്നു - സുപ്രീം കോടതി, അപ്പീൽ തള്ളട്ടെ!

ഇതൊന്നും എന്റെ പ്രശ്നമല്ല.

എനിക്ക് സത്യം എന്തെന്ന് അറിയണം. സത്യം അതിനിയും മനഃപൂർവ്വം മറച്ചു വെച്ചിരിക്കുന്നു. ആ സത്യം പുറത്ത് കൊണ്ടുവരണം. മകൻ മടങ്ങിവരില്ലെന്ന് അറിയാം. മരിച്ചു എന്ന് - കൊന്നുവെന്ന് - ബോദ്ധ്യമുണ്ട്.

ആ ശവം എന്തു ചെയ്തു?

അതെങ്കിലും ഒരു അച്ഛൻ അറിയണ്ടേ?

72

കോഴിക്കോട്നിന്നും വന്ന ഒരു പത്രപ്രതിനിധിയോട് പ്രൊഫ. ഈച്ചരവാരിയർ സംസാരിക്കുകയായിരുന്നു. സംസാരിച്ച് കഴിഞ്ഞ് പത്രപ്രതിനിധി പോകാൻ എണീറ്റപ്പോൾ ഈച്ചരവാരിയർ ആരാഞ്ഞു: കോഴിക്കോട് റേഡിയോ നിലയത്തിൽ പരിചയക്കാർ വല്ലവരുമുണ്ടോ?'

'ഉണ്ടല്ലോ. എന്തുവേണം?'

'കോഴിക്കോട് റീജ്യണൽ എഞ്ചിനീയറിംഗ് കോളേജ് വിദ്യാർത്ഥികൾ യുവവാണിയിൽ ഒരു പരിപാടി അവതരിപ്പിക്കുകയുണ്ടായി. അതിൽ രാജൻ നല്ലൊരു ലളിതഗാനം പാടി. നന്നായി പാടി. അതിന്റെ റെക്കോഡ് ചെയ്ത ടേപ്പ് അവിടെ സൂക്ഷിക്കുന്നുണ്ടെങ്കിൽ അതിൽനിന്നും അവന്റെ പാട്ട് എനിക്കൊന്ന് ടേപ്പ് ചെയ്തെടുക്കാനാണ്. രാജന്റെ ശബ്ദമെങ്കിലും എനിക്കൊന്ന് കേൾക്കാൻ....'

പത്രപ്രതിനിധി ആ പിതാവിന്റെ മുന്നിൽ ഉത്തരംമുട്ടി നിന്നു. അയാൾക്കൊന്നും പറയാൻ കഴിഞ്ഞില്ല.....

73

രാജന്റെ കൂടെ അറസ്റ്റ് ചെയ്യപ്പെട്ട ചാലി മോചിതനായി. കണ്ണൂർ സെൻട്രൽ ജയിലിൽ നിന്ന് സ്വതന്ത്രനായി പുറത്തുവന്ന ചാലി, ജയിൽ ഗേറ്റിൽ വെച്ചുതന്നെ വിളിച്ച് പറഞ്ഞു: 'രാജൻ കക്കയം ക്യാമ്പിൽ വെച്ച് മാർച്ച് രണ്ടിന് തന്നെ കൊല്ലപ്പെട്ടു!'

പിറ്റേന്ന് കൊച്ചിയിലെ പത്രക്കാരോട് രാജന്റെ അന്ത്യത്തിന് ദൃക്സാക്ഷിയാകേണ്ടി വന്ന ആ സഹപാഠി അതെല്ലാം ഗദ്ഗദകണ്ഠനായി വിവരിക്കുമ്പോൾ പ്രൊഫ. ഈച്ചരവാരിയർ എല്ലാം കേട്ടിരുന്നു. അദ്ദേഹംപോലുമറിയാതെ കണ്ണുകൾ നിറഞ്ഞൊഴുകി...

74

പ്രൊഫ. ഈച്ചരവാരിയർക്ക് കിട്ടുന്ന കത്തുകളുടെ എണ്ണം ദിവസംതോറും കൂടിക്കൂടി വരികയാണ്. കത്തുകളുടെ കൂമ്പാരത്തിലൂടെ ഇന്ത്യയുടെ നാനാഭാഗത്തുനിന്നും അപരിചിതരായ സാധാരണക്കാർ അദ്ദേഹത്തിന് ആശ്വാസത്തിന്റെ തെളിനീർ പകർന്നുകൊണ്ടേയിരുന്നു.

ദിനേശ് എന്ന ഒരു എട്ടാംതരം വിദ്യാർത്ഥി എഴുതിയ കത്ത് പ്രൊഫ. ഈച്ചരവാരിയർ വീണ്ടും വീണ്ടും വായിച്ചു.

ബഹുമാനപ്പെട്ട സാർ,

ഞാൻ എട്ടാംതരത്തിൽ പഠിക്കുന്ന ഒരു കുട്ടിയാണ്. എന്റെ വീട്ടിൽ എന്റെ അച്ഛനുമമ്മയും മൂന്നാം തരത്തിൽ പഠിക്കുന്ന അനിയത്തിയുമുണ്ട്, ഞങ്ങൾ എല്ലാവരും രാജൻ ചേട്ടന്റെ കാര്യം പറഞ്ഞ് കരയാറുണ്ട്. വിഷുവിനും മറ്റും രാജൻ ചേട്ടൻ ഇല്ലാതെ സാറിന്റെ വീട്ടിൽ വലിയ വിഷമമുണ്ടായിക്കാണും. അല്ലേ? സാർ ദുഃഖിക്കരുത്. ഞങ്ങളൊക്കെ രാജൻ ചേട്ടനെപ്പോലെ സാറിനെ സ്നേഹിക്കുന്നുണ്ട്.

സ്വന്തം ദിനേശ്

'ഉവ്വ്, കുഞ്ഞേ!' പ്രൊഫ. ഈച്ചരവാര്യർ സ്വയം പറഞ്ഞു: 'ഞാൻ അത് അറിയുന്നു. ഈ രാജ്യത്തെ ഓരോ കുട്ടിയും എന്റെ രാജന്റെ പ്രതിരൂപങ്ങളാണ്. അതുകൊണ്ടു തന്നെ എന്റെ രാജന് സംഭവിച്ചതെന്തോ, അത് മറ്റൊരു കുട്ടിക്കും ഇനി ഉണ്ടാകരുത്! ഞാൻ അനുഭവിച്ചത് ഈ രാജ്യത്തെ മറ്റൊരു പിതാവും ഇനി അനുഭവിക്കാൻ ഇടയാകരുത്! അതിന് വേണ്ടി മരണംവരേയും ഞാൻ പ്രവർത്തിക്കുക തന്നെ ചെയ്യും, തീർച്ച.'

അനുബന്ധം

ഇരുളിൽ കണ്ണും നട്ട് അനക്കമറ്റ്....

അടിയന്തിരാവസ്ഥയുടെ ആ കറുത്ത ദിവസങ്ങളിൽ എന്തു ചെയ്തുവെന്ന് നാളെയൊരു ബാലൻ* എന്നോട് ചോദിക്കുമ്പോൾ... ഒരു കൊച്ചെഴുത്തുകാരനും പേടിത്തൊണ്ടനുമായ പാവം മനുഷ്യനെന്ന നിലയിൽ അടിയന്തിരാവസ്ഥയോട് ഞാനെങ്ങനെ പ്രതികരിച്ചു എന്ന് തുറന്നു പറയണമല്ലോ... ഭീരുവായ ഞാൻ ഒന്നും ചെയ്തില്ല! ഉപജീവന മാർഗ്ഗമായ സർക്കാർ ഉദ്യോഗം രാജിവച്ചില്ല. അടിച്ചമർത്തപ്പെട്ട സ്വാതന്ത്ര്യത്തിനെതിരെ ഒരു വാക്കുപോലും ഉരിയാടിയില്ല.

എങ്കിലും

ആ നാളുകളിൽ ഒളിച്ചും പാത്തും ചില പണികളെടുത്തു. വല്ലപ്പോഴും, മാസങ്ങൾകൂടുമ്പോൾ മാത്രം ഒരു കൊച്ചു കഥ എഴുതാറുള്ള ഞാൻ ചില തർജ്ജമകൾ ചെയ്തത് അക്കാലത്താണ്. മറ്റൊന്നും സ്വന്തമായി എഴുതാൻ ധൈര്യമില്ലാത്തതുകൊണ്ടോ, എഴുതിയാൽ അച്ചടിക്കാൻ പത്രങ്ങളില്ലാത്തതുകൊണ്ടോ, പരിഭാഷയ്ക്കൊരുങ്ങി. ടോൾസ്റ്റോയിയുടെ 'ഫാദർസെർജിയസ്സും' ലൂഷുന്റെ 'ഭ്രാന്തന്റെ ഡയറി'യും മലയാളത്തിലാക്കി.

'ഫാദർ സെർജിയസ്' ഒരു നീണ്ടകഥയാണ്. സാർ ചക്രവർത്തിയുടെ ഭരണത്തിൻ കീഴിലും റോമൻ കത്തോലിക്കാ സഭയുടെ ആധിപത്യത്തിൻ കീഴിലും ഒരു തരള ഹൃദയത്തിനേറ്റ മുറിവുകളും, പരിശുദ്ധ ജീവിതത്തെ തകിടംമറിച്ച അറിവുകളും അതിൽ നിറഞ്ഞു നിൽക്കുന്നു.

സാറിന്റെയും പോപ്പിന്റെയും 'കൊല്ലാനും തിന്നാനുമുള്ള' ശക്തിയിൽ പേടിച്ച് സ്വന്തം ജീവിതകാലത്ത് 'ഫാദർസെർജിയസ്' പ്രസിദ്ധപ്പെടുത്താൻ ടോൾസ്റ്റോയി പ്രഭുവിനുപോലും ധൈര്യമുണ്ടായില്ല. ആ മഹാസാഹിത്യകാരന്റെ മരണാനന്തരം മാത്രമേ ആ രചന വെളിച്ചം കണ്ടുള്ളു.

ലൂഷുൻ ആധുനിക ചൈനീസ് സാഹിത്യത്തിന്റെ പിതാവാണ്. ചൈനയിലെ മാക്സിം ഗോർക്കി. ചൈനയിൽ പുതിയ സാഹിത്യത്തിന്റെ ആദ്യത്തെ ഇടിമുഴക്കമായിരുന്നു അദ്ദേഹത്തിന്റെ 'ഭ്രാന്തന്റെ ഡയറി'. ഫ്യൂഡലിസത്തിന്റെ നീരാളിപ്പിടുത്തം ഒരു ചെറുപ്പക്കാരനെ ക്രമേണ ഭ്രാന്തനാക്കുന്ന കഥയാണിത് - പിരിമുറുക്കമാർന്ന ഉദാത്ത രചന.

ആ കഥ മാത്രമല്ല 'കുങ് ഇ ചി', 'മദ്യശാലയിൽ', 'നവവത്സരബലി' തുടങ്ങിയ മാതൃകാ കമ്മ്യൂണിസ്റ്റ് കഥകളും ലൂഷിന്റെ കുറെ ലേഖനങ്ങളും അക്കാലത്ത് തർജ്ജമ ചെയ്തു. പക്ഷേ, എന്റെ ഈ പരിഭാഷാ ശ്രമങ്ങൾ ആരെങ്കിലും ശ്രദ്ധിച്ചോ? വായനക്കാരോ അല്ലെങ്കിൽ പണ്ഡിതരായ നിരൂപകരെങ്കിലുമോ? അറിയില്ല.

എന്നാലും, ഇന്ന് തിരിഞ്ഞുനോക്കുമ്പോൾ ആത്മാഭിമാനം തോന്നുന്ന ഒന്ന് ചെയ്തു. അടിയന്തരാവസ്ഥയുടെ ആ ദുർദ്ദിനങ്ങളിൽ ആദ്യം മുതലേ ഞാൻ പ്രൊഫ. ഈച്ചരവാരിയരുടെ കൂടെയുണ്ടായിരുന്നു. ഭരണത്തിന്റെ വേട്ടപ്പട്ടികൾ തട്ടിക്കൊണ്ടുപോയ തന്റെ ഏക മകനെത്തേടിയുള്ള ഒരച്ഛനോടൊപ്പം.

കോളേജധ്യാപകനായി ജീവിതം തുടങ്ങിയപ്പോൾ വാരിയർ സാറിന്റെ 'റൂംമേറ്റാ'യി ഞാൻ. ഗൗരവക്കാരനായ ഈച്ചരവാരിയരുടെ കൂടെ വാ പോയകോടാലിയായ ഓമനക്കുട്ടനും! നല്ല നാളുകളായിരുന്നു അവ. ഒരാണ്ടു കൂടി കഴിഞ്ഞാൽ അടുത്തൂൺ പറ്റിപ്പിരിയുന്ന വാരിയർസാർ. ആഴ്ചതോറും അച്ഛനെ സന്ദർശിക്കാൻ റീജ്യണൽ എഞ്ചിനീയറിംഗ് കോളേജ് ഹോസ്റ്റലിൽ നിന്നും മകൻ രാജൻ വരും. ആർട്ട്സ് ക്ലബ്ബ് സെക്രട്ടറിയായി പാട്ടുംപാടി നടക്കുന്ന മകനോട് പഠിക്കുന്നുണ്ടോ. ക്ലാസ്സുകളിൽ കയറുന്നുണ്ടോ എന്ന അച്ഛന്റെ അന്വേഷണങ്ങളിൽ രാജനും ഞാനും ഒന്നിച്ച് ചിരിക്കും....

രാജനെ പോലീസ് കൊണ്ടുപോയി കാണാനില്ലാതായ നാളുകളിൽ, കോഴിക്കോടും തിരുവനന്തപുരത്തുമായി ഈച്ചരവാരിയർ അലഞ്ഞു നടന്ന നാളുകളിൽ, ആ വീർപ്പുമുട്ടൽ കുറെയൊക്കെ ഏറ്റുവാങ്ങാനൊത്തു എനിക്കും. അദ്ദേഹത്തിന്റെ കൂടെ നടന്നു, അടിയന്തരം പിൻവലിച്ചതിന്റെ പിറ്റേന്ന് അദ്ദേഹം കോടതിയിൽ പോയപ്പോഴും, എപ്പോഴും പിന്തുടർന്നു. കേരള ഹൈക്കോടതിയിൽ രാജൻകേസ് നടക്കുമ്പോൾത്തന്നെ ഞാൻ 'ശവംതീനികൾ' എഴുതി, 'ദേശാഭിമാനി' പ്രസിദ്ധപ്പെടുത്തി.

(ശവംതീനികൾ പുസ്തകമായപ്പോൾ നാലുമാസം കൊണ്ട് പതിനായിരം പ്രതി വിറ്റഴിഞ്ഞു. ഇതിന്റെ തമിഴ് പരിഭാഷ 'പിണന്തിന്നികൾ' - ഇതുവരെ ഇരുപത്തയ്യായിരത്തിലേറെ വിറ്റുപോയി.)

'അടിയന്തര'ത്തിലെ ഒരർദ്ധരാത്രി ഇന്നും ഓർമ്മയിൽ തെളിഞ്ഞു വരുന്നു. രാജനെപ്പറ്റിയുള്ള അന്വേഷണവുമായി കോഴിക്കോട് രണ്ടു ദിവസം ചുറ്റിത്തിരിഞ്ഞശേഷം എറണാകുളത്തേക്ക് രാത്രിബസ്സിൽ തിരിച്ചു പോരികയാണ് വാരിയർസാറും ഞാനും. കോഴിക്കോട്ടുവച്ച് ഒരു സുഹൃത്ത്* എന്നോടു പറയുകയുണ്ടായി: 'രാജൻ പോലീസ് കസ്റ്റഡിയിൽ കൊല്ലപ്പെട്ടു. ഇക്കാര്യം എങ്ങനെയും സാറിനെപ്പറഞ്ഞ് ബോദ്ധ്യപ്പെടുത്തണം'. മകൻ കൈയോ കണ്ണോ നഷ്ടപ്പെട്ട് പോലീസ് കസ്റ്റഡിയിൽ ജീവനോടെയുണ്ടെന്ന് ഉറച്ചു വിശ്വസിക്കുന്ന ആ പിതാവിനോട് ഞാനിതെങ്ങനെ പറയും?

രാത്രി ബസ് തെക്കോട്ട് പാഞ്ഞോടുകയായിരുന്നു. യാത്രക്കാരെല്ലാം ഉറക്കത്തിൽ. ഒന്നു മയങ്ങാൻ ശ്രമിച്ച് അതിനാവാതെ ഞാൻ, വാരിയർസാറിനെത്തന്നെ നോക്കിയിരുന്നു...

ബസ് എടപ്പാളിലെത്തി, കട്ടൻകാപ്പി കുടിക്കാനും മറ്റുമായി യാത്രക്കാർ ഇറങ്ങി. ഞാൻ വാരിയർസാറിനെ വിളിച്ചു: 'സാർ, കാപ്പികുടിക്കാം...' അദ്ദേഹം തലകുലുക്കി നിഷേധിച്ചു.

ഞാൻ ബസ്സിൽനിന്നുമിറങ്ങി. എന്നിട്ട് തിരിഞ്ഞുനിന്ന് നോക്കുമ്പോൾ ബസ്സിലാരുമില്ല. വാരിയർസാർ മാത്രം... ഇരുളിൽ കണ്ണും നട്ട് അനക്കമില്ലാതെ അങ്ങനിരിക്കുന്നു.

ആ ദൃശ്യം ഒരിക്കലും മറക്കില്ല. എനിക്കു മാത്രമറിയാവുന്ന, ഞാൻ മാത്രം സാക്ഷിയായ ആ നിശ്ചലരംഗം പിന്നീട് 'പിറവി' എന്ന സിനിമയിൽ കണ്ടപ്പോൾ ആകെ വിസ്മയിച്ചു.... കാണാതായ മകനെ അന്വേഷിച്ചുപോയി നിരാശനായി മടങ്ങിവരുന്ന പിതാവിനെ അവതരിപ്പിക്കുന്ന പ്രേംജിയുടെ ആ ഇരുപ്പ് എങ്ങനെ ഇത്ര സത്യസന്ധമായി...? 'പിറവി' ക്ക് തിരക്കഥയെഴുതിയ ജയചന്ദ്രൻ നായർക്കും സംവിധാനമേകിയ ഷാജി കരുണിനും ഈ ദൃശ്യം എങ്ങനെ സങ്കൽപിക്കാനായി...? ആ കലാകാലന്മാരോട് എനിക്ക് തികഞ്ഞ ആദരവു തോന്നുന്നു. കലയുടെ സർഗ്ഗാത്മകഭംഗിക്കും സനാതന സത്യത്തിനും മുന്നിൽ നിറഞ്ഞ അത്ഭുതവും.

** അടിയന്തിരാവസ്ഥക്കാലത്ത് കേരളത്തിലെ എഴുത്തുകാരും ബുദ്ധിജീവികളും എന്തുചെയ്തു? ശ്രീ. ബാലചന്ദ്രൻ ചുള്ളിക്കാട് എല്ലാവരോടുമായി ചോദിക്കുകയുണ്ടായി.*

** ശ്രീ. പി.എം. ശ്രീധരൻ, കോഴിക്കോട് എൻ.ബി.എസ് ബ്രാഞ്ച് മനേജർ.*

www.ingramcontent.com/pod-product-compliance
Lightning Source LLC
LaVergne TN
LVHW040818051026
849519LV00007BA/2661